ऑफबीट
विजय निपाणेकर

D9900559

Copyright © Vijay Nipanekar
All Rights Reserved.

This book has been self-published with all reasonable efforts taken to make the material error-free by the author. No part of this book shall be used, reproduced in any manner whatsoever without written permission from the author, except in the case of brief quotations embodied in critical articles and reviews.

The Author of this book is solely responsible and liable for its content including but not limited to the views, representations, descriptions, statements, information, opinions and references ["Content"]. The Content of this book shall not constitute or be construed or deemed to reflect the opinion or expression of the Publisher or Editor. Neither the Publisher nor Editor endorse or approve the Content of this book or guarantee the reliability, accuracy or completeness of the Content published herein and do not make any representations or warranties of any kind, express or implied, including but not limited to the implied warranties of merchantability, fitness for a particular purpose. The Publisher and Editor shall not be liable whatsoever for any errors, omissions, whether such errors or omissions result from negligence, accident, or any other cause or claims for loss or damages of any kind, including without limitation, indirect or consequential loss or damage arising out of use, inability to use, or about the reliability, accuracy or sufficiency of the information contained in this book.

Made with ❤ on the Notion Press Platform
www.notionpress.com

अर्पणपत्रिका

ज्यांनी मला जन्म 'दिला' ते माझे सद्गुरू

बाबा श्रीश्रीआनंदमूर्तीजी

आणि ज्यांनी मला 'दृष्टी' दिली ते माझे बॉस

डॉ. नानासाहेब शुक्ल

आणि ज्यांनी मला 'जागृत' केले ते माझे मार्गदर्शक

अघोरी विमलानंदजी

या 'त्री-बापां' च्या चरणी अर्पण...

अनुक्रमणिका

आयुष्याचा ऑफबीट अर्थ

आपल्या आयुष्यातील अत्यंत अनमोल गोष्ट म्हणजे आपले आयुष्य! आपण जगतो कशासाठी? जगतो की नुसतेच जिवंत असतो? त्र्यंबकेश्वरी भेटलेल्या एका साधूने मला एका झेन चित्रकाराची रेखाचित्रे दाखवली होती. गुराख्याची दहा रेखाचित्रे म्हणून ती प्रसिद्ध आहेत. "ऑफबीट" या लेखमालेतून असेच पारंपरिक चाकोरीबाहेरील घटना-प्रसंग, माणसे यांचा आपण यावर्षी परिचय करून घेणार आहोत .

चीनमधील सुंग राजवंशाच्या काळात (११२६-१२७९) रेखाटली गेलेली ही रेखाचित्रे. हॉर टक लून या चित्रकाराने त्या चित्रांना समकालीन रूप दिले आणि www.buddhanet.net/oxherd या संकेतस्थळावर ती उपलब्ध आहेत. चीन, जपान आणि कोरियामधील मंदिरात सर्वत्र आढळणारी ही रेखाचित्रे आयुष्याचा ऑफबीट अर्थ दाखवतात.

बैल चारणारा एक गुराखी त्या बैलाला कशाप्रकारे वठणीवर आणतो ते दहा रेखा चित्रातून दाखवले आहे.

पहिल्या रेखाचित्रात झाडाखाली उभे राहून एक माणूस काहीतरी शोधतोय. काय हरवले आहे त्याने? त्याची समस्या नेमकी काय आहे? ती कशी सोडवणार? त्याला त्याचा मार्ग कसा मिळणार? समजा त्याच्या जागी आपण स्वतःच आहोत ... मी कोण आहे? मी येथे कसा आलो? आयुष्याचा अर्थ काय? असे प्रश्न पडतातच ना आपल्याला? या रेखाचित्रात आपण या भोवतालच्या जगात हरवलो आहोत. स्वतःचे जग हरवून बसलो आहोत. गोंधळलेली अवस्था आहे. भविष्यातील मार्गाची प्रतीक्षा आहे...

दुसऱ्या रेखाचित्रात पावलांच्या खुणा दिसतात जमिनीवर ... कोणीतरी यापूर्वी या मार्गाने गेले आहे हा दिलासा मिळतो ... भूतकाळातील संकेत उलगडतात आणि पुढच्या रेखाचित्रात दिसतो झाडामागचा पाठमोरा बैल ... मला ज्याचा शोध आहे ते नजरेस पडले!

पुढच्या रेखाचित्रात बैलाच्या गळ्यात दावे बांधून तो माणूस बैलाला घेऊन चालला आहे ... या ठिकाणी ती दोरी हे ध्यानाचे प्रतीक आहे आणि बैल हे अस्वस्थ मनाचे प्रतिक आहे ... पण पुढच्याच रेखाचित्रात बैलाने रस्त्यात बसकण मारली आहे ... अजिबात सहकार्य करत नाही.

आज्ञापालन करत नाही. त्याला मनसोक्त हुंदडण्याची इच्छा आहे. अखेर सहाव्या रेखाचित्रात तो गुराखी बैलावर स्वार होतो. देह आणि मन सहकार्याने काम करतात. किती हा आनंद! सुख म्हणतात ते हेच का?

सातव्या रेखाचित्रात झाडाखाली शांतपणे स्वात्मतृप्तपणे बसलो आहे. निसर्ग आणि संपूर्ण विश्वाची एकतानता साधली आहे ... पण बैल पळून गेला आहे! आठव्या रेखाचित्रात आहे एक वर्तुळ ... मोकळे ... रिकामे अवकाश ... मौनाची पोकळी ... न मन ... नो माइंड ... एम्टीनेस ... सृजनशीलतेचा अंकुर यातूनच उमलणार ... रिकामे होणे म्हणजे संपूर्णपणे भरले जाणे! पुढच्या रेखाचित्रात आहे जीवन ... जीवनाचा आनंद फक्त ... देह नाही, समस्या नाही, वैयक्तिक भूतकाळ नाही, विचारांचे जंजाळ नाही ... फक्त मी स्वतः ... निसर्ग ... निसर्गात विरघळलेला मी ... माझे मीपण सुद्धा निघून गेले आहे आता ... फक्त असणे ... माझी वैयक्तिक ओळख पूर्णपणे पुसली गेली आहे ... कोण काय म्हणेल आणि कोणाला काय वाटेल याच्या पलीकडे मी आता गेलो आहे ... पुढे काय?

आणि शेवटचे रेखाचित्र आहे पुन्हा या जीवनात ... या जगात मी परत आलो आहे. पहिल्यापेक्षा थोडा सडपातळ झालेला ... बरेचसे ओझे कमी झालेले ... शहाणिवेने समृद्ध झालेला ... समोरचा रस्ता वळणावळणांचा, उंच-सखल आहे ... पण आता त्याच्याजवळ कंदील आहे! पहिल्या चित्राप्रमाणेच शेवटच्या चित्रात पुन्हा या जगात परत आला आहे पण आता तो माणूस पूर्वीचा राहिलेला नाही ... अंतर्बाह्य बदललेला तो माणूस आहे ... नवीन माणूस नव्या नजरेने पुन्हा नव्या सहज प्रवासाला सिद्ध झाला आहे!

चौसाळ्याचे चिरे

इतिहास संशोधक रमेश पडवळ यांनी आदिवासी समाजातील चिरे – वीरगळ याबाबत माहिती सांगितली आणि त्यांच्या मार्गदर्शनाने संगीतकार संजय गीतेंसोबत मी चिरे वीरगळांच्या शोधात निघालो...

नाशिक पासून ५६ कि.मी. अंतरावर सापुतारा रस्त्यावर वणीच्या पुढे असलेले चौसाळे गाव ... भोवतालच्या डोंगराच्या कोंदणात सर्वत्र हिरवागार परिसर ... वणी पासून १५ किलोमीटर वर डाव्या हाताला चौसाळे फाटा ... गावात प्रवेश करण्याआधी गावाबाहेरच उजव्या हाताला २०/२५ चिरे उभारलेले लांबूनच लक्ष वेधून घेतात. गावात जोपळे, तुंगार, डंबाळे मंडळींचे वास्तव्य आहे. त्यातील जोपळे आणि तुंगार समाजात ही चिरे, वीरगळाची प्रथा आहे. गावातील मारुती मंदिराजवळच दिनकर ढवळू जोपळेबाबा भेटले. त्यांनी या चिऱ्यांबद्दल सविस्तर माहिती दिली. त्यांचे आजोबा पांडू काळू जोपळेंचा चिरापण दाखवला. त्यासोबतच सोनीराम, भवानीदादा, सखाराम जोपळे यांचेपण चिरे दाखवले. त्यात तुळशीराम पावजी

जोपळेंच्या चिऱ्याला शेंदूर लावलेला होता पण त्याच्या शेजारीच तुळशीराम बाबांच्या पत्नी सोनीबाई जोपळेंना शेंदूर लावलेला नव्हता ... ज्या व्यक्तीचे निधन झालेले असेल त्याला शेंदूर लावतात ... शेंदूर लावलेला नाही म्हणजे चिरा घडवून ठेवला पण अजून सोनीबाई हयात आहेत असा त्याचा अर्थ दिनकरबाबांनी सांगितला.

चिरे किंवा वीरगळ म्हणजे एक प्रकारे पूर्वजांचे स्मृतिस्तंभच . पूर्वी गावाबाहेर असे वीरगळ असायचे. वीरगळ म्हणजे गावासाठी, समाजासाठी धारातीर्थी पडलेल्यांचा स्मृतीस्तंभ होय. काही ठिकाणी दगडी तर काही ठिकाणी लाकडी चिरे उभारले जातात. यात खडा चिरा आणि गुरुमार्गी चिरा असे प्रकार असतात. त्या त्या कुटुंबाची वंशावळ सुद्धा या चिऱ्यातून दिसून येत असते. चौसाळेच्या पुढे सहा कि. मी. वरील उंबरपाडा गावात तर तीन लाख रुपये खर्चून गायकवाड कुटुंबाने मोठा स्मृतीस्तंभ उभारलेला आहे. माणूस मृत झाला की त्याच्या इच्छेनुसार हे चिरे उभारण्यात येतात. मृताला रांजणासारख्या मोठ्या खड्ड्यात भरपूर मीठ, पालापाचोळा टाकून त्यात बसवतात. एक वर्षानंतर तोंड

दाखवणी कार्यक्रम होतो. त्या कार्यक्रमासाठी मृताचा खड्डा खोदून मूर्ती (प्रेत) बाहेर काढतात. नखे, केस कापून पुन्हा खड्ड्यात पुरले जाते. घडवलेल्या चिऱ्याची गावातून मिरवणूक काढून त्या ठिकाणी वर चिरा उभारला जातो. त्या व्यक्तीच्या नावाने ही स्मारकशीळा उभारली जाते. आता ही परंपरा नामशेष होण्याच्या मार्गावर आहे. या संपूर्ण विधीसाठी साधारणपणे ३० ते ३५ हजारांपर्यंत खर्च येतो. इतर समाजातील जागरण गोंधळा प्रमाणे रात्रभर पूजा चालते. त्याला ढाक लावणे म्हणतात. देवाच्या, दु:खाच्या या गाण्यांमधुन त्या-त्या गाव, समाज, परंपरांच्या इतिहासाचे गायन केले जाते. एक चिरा घडवण्यासाठी मजुरी पंधरा, वीस हजार रुपये लागतात. पूर्वी चौसाळे गावातच हे चिरे घडवणारा कारागीर होता. त्याचे निधन झाल्यामुळे आता वणी गावातून चिरे घडवून आणले जातात. हे चिरे दोनशे-तीनशे वर्षापासून येथे असावेत. जुनी म्हातारी माणसे मरण्यापूर्वी आपला चिरा घडवण्याची इच्छा प्रकट करतात. एकूण उत्पन्नापैकी दरवर्षी ठराविक रक्कम या विधीसाठी बाजूला काढून ठेवतात आणि मग

त्यांची मुलेबाळे हा विधी करतात. पूजापाठ, ढाक लावण्यासोबतच गावजेवणही दिले जाते.

चिरा घडवून बसवल्यामुळे आपल्या पूर्वजांची आठवण राहते. घरात सुख समाधान बरकत लाभते. देवाच्या, दुःखाच्या गाण्यांमधून आपला इतिहास समजतो आणि मानवी देहाची नश्वरता मनावर बिंबवली जाऊन माणूस या जन्मात चांगले वागून समाजासाठी सत्कार्य करत राहतो असा सगळा यामागचा इतिहास आहे!

कचरा वेचक ते चित्रपट निर्मिती

मागील पिढीतील स्वच्छता दूत समाजसेवक भाऊ नावरेकर यांच्या स्मृती दिन कार्यक्रमात माया मुक्ताई या व्यक्तिमत्त्वाची ओळख झाली. आम्रपाली झोपडपट्टी उपनगर येथून कागदकचरा वेचण्यापासून सुरुवात करणाऱ्या मायाताई कोणतेही शालेय शिक्षण नसताना कॅमेरा, शूटिंग, व्हिडिओ बनवण्यास शिकल्या. "सपान सरलं" हा मराठी चित्रपट निर्माण केला. त्यांचा हा ऑफबीट प्रवास...

माझं नाव माया मुक्ताई. या नावानेच माझे फेसबुक पेज आहे आणि युट्युब वर माया खोडवे टाईप केले की माझे सगळे व्हिडिओ पाहायला मिळतील. माझं शालेय शिक्षण काही झाले नाही. आज वय ३१ वर्षे आहे. उपनगरच्या आम्रपाली वस्तीत राहते. लहानपणापासून आईसोबत कागद कचरा वेचायला जायचे. दिवसभरात पन्नास साठ रुपये मिळायचे. २००९ पर्यंत असाच सिलसिला सुरु होता. डंपिंग ग्राऊंडवर कागदकचरा कष्टकरी संघटनेचे कार्यकर्ते यायचे. आम्हा पोरांना शिकवायचे. मला लय आवड शिकन्याची. मी नियमित त्यांच्यात जायची. त्यांनी

आधी आम्हाला सही करायला शिकवले. मग बँकेचे व्यवहार शिकवले. बचतीची सवय लावली. स्वच्छता आणि आरोग्याचे महत्त्व सांगितलं. मला ते सगळं आवडायचं. कचरा गोळा करता करता आमची जिंदगी कचऱ्यावानी होऊन गेली होती ... मला वाटायचं ... काय आमची कचऱ्यावानी जिंदगी! हे कधी बदलणारच नाही का? यातून पुढे कसे जायचे?

आणि एक दिवस अभिव्यक्ती संस्थेची गाठ पडली. गेले त्यांच्यात. त्या लोकांनी आम्हाला शिकवलं. तिथे पहिल्यांदा "कमिनिटी व्हिडू" हा शब्द ऐकला ... काय असतं बाई हे? तर कमिनिटी व्हिडू म्हणजे आपल्या लोकांच्या समस्यांचे शूटिंग करून व्हिडीओ बनवायचा! आमची कोनबी इज्जत करत नव्हतं ... कचराच समजायचे आम्हाला ... तवा कॅमेऱ्याचं शस्त्र माझ्या हातात आलं ... सगळं शिकले ... व्हालंटरी व्हिडिओ संस्थेमार्फत ट्रेनिंग झालं ... कॅमेरा पण मिळाला ... एकदा तर माझ्याजवळ एवढा भारी कॅमेरा पाहून पोलिसांनी मला चोर म्हणून धरलं ... लई वाईट वाटायलं तवा ... आणि मी कॅमेऱ्याचं शस्त्र बनवलं!

१५

पहिला कम्युनिटी व्हिडिओ बनवला "आम्ही कचरावेचक" नावानं ... आमचीच जिंदगी शूट केली. त्याच्या नंतर मग आमच्या आम्रपाली वस्तीतल्या ड्रेनेजच्या समस्येवर स्टोरी केली. साहेब लोक कोणी लक्ष देत नव्हते आमच्याकडे. पाच-दहा बाया सोबतीला घेऊन तो व्हिडिओ साहेबांना दाखवायला महापालिकेच्या हापिसात गेलो ... तर त्या दिवशी रविवार होता ... आम्हाला काय माहित रविवारी पालिकेला सुट्टी असती! पण सुट्टीच्या दिवशीपण दराडे साहेब आले. त्यांना व्हिडिओ दाखवला. त्यांनी लगेच माणसं बोलावली आणि ड्रेनेज दुरुस्ती करून दिली. आजपर्यंत अशा १०५ स्टोऱ्या केल्या ... पाणी, शाळा, आरोग्य, पोषण आहार, अंगणवाडी, लिंगभेद, घरगुती हिंसाचार, गरोदर माता, अपंग, निराधार, विधवा, समृद्धी महामार्ग अशा सगळ्या समस्यांवर जनजागृती केली ... समस्या सोडवून घेतल्या. मग म्हटलं आपण आता शॉर्टफिल्म बनवू ... पण नंतर मग काम एवढं वाढत गेलं की पूर्ण लांबीचा मराठी चित्रपट बनवू या ... पुकार फिल्म बॅनर खाली माझे गुरु आनंद पगारे यांच्या मार्गदर्शनाखाली पिक्चर पूर्ण केला. त्याचं नाव आहे

"सपान सरलं" ... एखादी शासकीय योजना जेव्हा येते तेव्हा समाजातील इतर घटकच त्याचा फायदा कसा उठवतात आणि खरा गरजू लाभार्थी कागदपत्रांची पूर्तता करता करता त्या पासून कसा वंचित राहतो अशी थीम आहे. पिक्चरला पैसा, सेटअप सगळं उभे करायसाठी लग्न कार्यक्रमांचे व्हिडिओ शूटिंग काम करायची ... तो सगळा पैसा याच्यात ओतला ... लोन काढलं ... लोकांनी मदत केली ... कलाकार सगळे खरे वंचित लाभार्थीच घेतले ... मी त्याच्यात सामाजिक कार्यकर्त्याची भूमिका केली आहे. स्थानिक संसाधनांवर आमचा अधिकार आहे. तो मिळावा. आपली समस्या आपण मोकळेपणाने मांडावी. सुखदुःखात सहभागी व्हावे आणि कष्टकरी माणसाला त्याची स्पेस मिळून सुखाचे चार घास मिळावे एवढाच यामागे हेतू आहे!

मुक्ताबाईचे मंदिर

त्र्यंबकेश्वरी संतश्रेष्ठ निवृत्तीनाथांच्या यात्रेची धामधूम सुरू आहे. यात्रेसाठी ब्रह्मगिरीच्या पायऱ्यांवर प्रसादविक्रीचे दुकान लावणाऱ्या बाळूला विचारले तर तो म्हणाला.. "ह्ये काय चिघाटीच्या वर मुक्ताबाई जवळ दुकान लावितो..." मुक्ताबाई? मी उत्सुकतेने त्याच्यासोबत ब्रह्मगिरीवर गेलो ... वर ७५८ पायऱ्या चढून गेल्यावर डाव्या हाताला दिसले मुक्ताबाईचे मंदिर!

मुक्ताबाई म्हणजे चिरंजीव असलेली बहीण! निवृत्ती, ज्ञानदेव आणि सोपान या मोठ्या भावंडांची आई बनलेली बहीण! गुरु शिष्य नात्याच्या खालोखाल मानवी जीवनातील सर्वांत मूल्यवान नाते असते भावा-बहिणीचे ... बहीण म्हणजे काय असते? बहीण म्हणजे छोटी माय असते ... मोठी बहीण म्हणजे करुणेच्या कर्तव्याची कूस असते ... छोटी बहीण म्हणजे माऊलीच्या ममतेची मूस असते! पातेल्यातील सर्व भात भावाला वाढून देऊन उरलेली दोन चार संतुष्ट शितं म्हणजे बहीण असते! अशा या

आठवणींच्या आंबटगोड लिमलेटची गोळी असलेल्या बहिणीचे श्री क्षेत्र त्रंबकेश्वरी रुप आहे मुक्ताबाईचे मंदिर!

धरणा कडून ब्रह्मा सावित्री जवळून ब्रह्मगिरीच्या बांधीव पायऱ्या चढायला सुरुवात केली की पुढे ४०० पायऱ्यानंतर येते चिघाटी ... खालची चिघाटी ... चिघाटी म्हणजे पायऱ्या चढणाराचा दमसास परीक्षा घेणारी चढण ... येथे येईपर्यंत आपला श्वासाचा भाता जोरजोरात फुसफुसू लागलेला असतो. अवतीभवती कारवी, करवंदे, अर्जुन सादडा, जांभूळ, वड, पिंपळ आणि आंब्याची घनगर्द झाडी. मध्येच बकुळीची पिकलेली नारिंगी टपोरी गोड फळे चाखायचा मोह होतो. त्या गोडीने पायऱ्यांची चढण जाणवेनाशी होते आणि चिघाटी पासून दुसऱ्या वळणावर दिसते मुक्ताबाईचे मंदिर ... पूर्वी येथे साधी झोपडी होती. आता शासनामार्फत मंदिराचे बांधकाम सुरू आहे. बाहेरील पर्यटकांना याची फारशी माहिती नाही पण स्थानिक लोकांना मुक्ताबाईचे मंदिर माहित आहे.

अध्यात्मात मायेचे सहा प्रकार आहेत. वैष्णवी, शैवी, दैवी, जैवी, आसुरी आणि मूळमाया ... ती मूळमाया परामाया म्हणजे मुक्ताबाई होय. मुक्ताई मुक्तरुप मुक्तीची

चित्कला ... नित्य मुक्त लीला दावी अंगी ... म्हणती चांगदेव कृतकृत्य झालो ... चरणी राहिलो मुक्ताईच्या! अगोदर संत ज्ञानेश्वर ... नंतर सोपान काका समाधिस्थ झाले ... पण महतनगरी मुक्ताबाई तेजात विलीन झाली! कडाडली वीज निरंजनी जेंव्हा ... मुक्ताबाई तेव्हा गुप्त झाली! निवृत्तीनाथ म्हणतात की मुक्ताबाईचे काही कोणावरी पडले नाही ओझे ... अवघ्या परीस कष्टि केले मुक्ताईने, ... काहीच बोलणे घडले नाही!

कशी होती माझी मुक्ताबाई? भातुकलीच्या खेळात रमणारी ... सागरगोटे झेलणारी ... मोगऱ्याच्या कळ्या वेचणारी ... गोधडी विणणारी ... कोंड्याचा मांडा करणारी ... स्वयंपाक करून भावंडांना जेऊ घालणारी मुक्ताई! अवघे १७ वर्षांचे आयुष्य आणि या एवढ्याशा आयुष्यात किती किती विलक्षण अनुभव! संन्याशाची पोरं म्हणून कुचेष्टा सहन करणारे ज्ञानदेव ताटीचे कवाड बंद करून आत कोंडून बसले, त्यावेळी आपल्या मोठ्या भावाची आई बनलेली ही छोटी बहीण म्हणते ... तुम्ही तरुन विश्व तारा, ताटी उघडा ज्ञानेश्वरा! ज्ञानेश्वरांचा मुका राग, आंधळा संताप विरून जीवित कार्याचे भान आणून देणारी मुक्ताबाई!

ब्रह्मगिरी प्रदक्षिणेच्या वेळी ज्ञानादादाच्या खांद्यावर बसलेली तीन वर्षांची चिमुरडी मुक्ता! आईच्या पश्चात भावांवर ममतेचा पदर पांघरणारी मुक्ता! मांडेरांधण खापर विसोबाने फोडल्यावर मनाचे तुकडे-तुकडे झालेली मुक्ता! चौदाशे वर्षे वयाच्या चांगदेवांना कोराच राहिला अजून असे स्पष्टपणे सांगणारी तेरा वर्षांची मुक्ता! कष्ट संकटांचे सागरगोटे उंच उडवून, लीलया झेलून जिंकण्याची प्रेरणा देणारी मुक्ता! प्रयत्न, सचोटी आणि चिकाटीच्या तुकड्यांना सत्कर्माच्या धाग्यांनी जोडून जीवनाची गोधडी शिवणारी मुक्ता! माणसाने माणसाशी माणुसकीने वागावे अशा माणूस मोगऱ्याच्या कळ्या वेचणारी मुक्ता! आई आपल्या गर्भात बालकाला सुरक्षा देते पण बहीण या अफाट विश्वात भावाला सुरक्षाकवच देते ... ज्या वेळी आमच्या मनाच्या भिंती ढेपाळतात ... निराशेच्या घुशी मनाला पोखरतात... आठवणींचे पोपडे उडतात ... त्यावेळी माता, कन्या आणि भगिनी या "त्र्यंबक"रूपाने पुरुषाच्या आयुष्याला आकार देणारी ही शक्ती... मुक्ताबाई!

ब्रह्मगिरी वरील जुनी धर्मशाळा

त्र्यंबकेश्वरी ब्रह्मगिरी बचाव संवर्धन समितीचे डॉ. सत्यप्रिय शुक्ल आणि ललित गुरु लोहगावकर यांच्यासोबत ब्रह्मगिरीच्या पायऱ्या चढताना ललितगुरु संवर्धन समितीच्या कार्याची माहिती देत होते. ब्रम्हगिरीवरील पर्यावरण संरक्षण, वृक्षलागवड, डोंगरावरील मातीची धूप थांबवण्यासाठी उपाय योजना, यासाठी लोकसहभाग याची माहिती घेत मुक्ताबाई मंदिरापासून वर दुसऱ्या वळणावर दिसली एक दगडी धर्मशाळा...

आजूबाजूचा परिसर स्वच्छ. गच्च झाडी. पायऱ्यांवर काही तरुण व्यायाम करत असलेले. काही तरुण मागच्या दगडी बावडीवर श्रमदान करत असलेले. पायऱ्या चढून आत मध्ये गेलो. समोरच कोनशिलेवर मजकूर दिसला ... "मुलतानी लालचंद जसोदानंदन भंभाणी रहेवासी श्री भहावलपूरका तथा गणेशदास देविदास गरवर रहेवासी सिंध शिकारपूरका पंजाबी, ओरडा क्षत्री, दक्षणाने यह धर्मशाला हिंदुओं के वास्ते धर्मार्थ बंधाया हय..." संवत

१९६९ ... शने १९१३ ... हिंदी, गुजराथी, पंजाबी आणि इंग्रजी भाषेतील या मजकुरातील संवत वरुन स्थापना वर्षाची निश्चिती करण्यासाठी पुरातत्त्व अभ्यासक अनिता जोशी यांना फोन केला. त्यांनी सांगितले की संवत मधून ५६ वर्षे वजा केली की इसवी सन मिळतो. त्याप्रमाणे शने १९१३ म्हणजे इसवी सन १९१३ निश्चित होऊन ही भक्कम दगडी वास्तू १०६ वर्षे जुनी असल्याचे समजले.

शंभर वर्षांपूर्वी ब्रह्मगिरीवर दाट जंगलच होते. निवृत्ती, ज्ञानदेव भावंडांसोबत ब्रह्मगिरी प्रदक्षिणा वेळी चिमुरडी मुक्ताईची चुकामुक झाली ती खाली याच ठिकाणी सापडली म्हणून येथे मुक्ता देवीचे मंदिर असल्याचे ललितगुरुंनी सांगितले. पंजाब सिंध मधील दानशूर व्यक्तींनी त्या काळात चाळीस हजार रुपये खर्चून येणाऱ्या भाविकांच्या सुविधेसाठी ५ एकरात ही धर्मशाळा बांधली आहे. त्यावेळी ब्रम्हगिरीदर्शन एका दिवसात पूर्ण होणे शक्य नसल्याने एक मुक्काम करावा लागायचा. हा विचार करून येणाऱ्या भाविकांना राहण्याची व्यवस्था करण्यात आलेली आहे. शेजारीच जुनी दगडी बावडी आहे. तिला सतत गोड पाणी असते. भाविक मंडळी ताजेतवाने होऊन

आपल्याजवळील कच्चा शिधा मांडून, शिजवून भोजन विश्रांती करत आणि मग दुसऱ्या दिवशी पुढील प्रवासाला निघत असत. धर्मशाळेचे पुर्णपणे दगडी बांधकाम आहे. वर छप्पराचे पत्रे आजही अतिशय भक्कम स्थितीत आहेत आणि विशेष महत्त्वाची गोष्ट म्हणजे धर्मशाळेच्या मागच्या बाजुस संडास, बाथरूम असल्याचे सत्यप्रिय शुक्ल यांनी निदर्शनास आणले. आज स्वच्छतेचा जागर करत हागणदारी मुक्तीसाठी प्रयत्न सुरू आहेत, पण शंभर वर्षांपूर्वी स्वच्छता आणि आरोग्याची दूरदृष्टी ठेवणाऱ्या त्या महामानवांना मनापासून प्रणाम !

धर्मशाळेच्या मागे असलेली मोठी दगडी बावडी सुद्धा स्थापत्याचा विशेष नमुना आहे. विहिरीत आजूबाजूच्या झाडांची मुळे जाऊ नयेत यासाठी आतून सरळ दगडी बांधकाम रचत आणलेले आहे आणि विहिरीत डोंगरावरील मातीला पाण्यात जाण्यापासून प्रतिबंध करणारे हे बांधकाम आहे. डोंगर उतारावरील माती जेथून वाहून जाते त्या ठिकाणी आठ फुटांची दगडी भिंत बांधली असल्याने मातीचेही संरक्षण झाले. अन्यथा आज सगळी माती वाहून जाऊन ब्रह्मगिरीवर फक्त खडक राहिला

असता ... ही दूरदृष्टी दाखवणाऱ्या त्या दानशूरांचे आपल्यावर उपकारच आहेत. त्यांनी त्याकाळी निसर्ग संवर्धनाचा एवढा बारीक विचार केला पण आज आम्ही काय करतो?

रोज किती प्लास्टिक ब्रम्हगिरी वर जात आहे? ब्रह्मगिरी संवर्धन समितीचे कार्यकर्ते रोज दोन-चार पोते प्लास्टिक मातीतून उकरून काढून निसर्गसंवर्धन कार्य करीत आहेत ... पण मुलात ब्रह्मगिरीवर प्लास्टिक बंदीसाठी काहीही यंत्रणा नसल्याची खंत ललितगुरुंनी व्यक्त केली. आता आठ दिवसांपूर्वी संतश्रेष्ठ निवृत्तीनाथ यात्रेच्यावेळी चारशे यात्रेकरुंनी या धर्मशाळेत मुक्काम केला होता. त्र्यंबकेश्वरमधील तरुण आता या वास्तूच्या आणि ब्रह्मगिरीच्या संरक्षणासाठी सज्ज झाले आहेत पण आम्ही? आमच्यासाठी ब्रम्हगिरी सारखी जिवंत जागासुद्धा निव्वळ 'पिकनिक सेल्फी पॉइंट'च बनून राहणार का?

कोऱ्या कपाळावरील कर्तृत्वाची शेती

महात्मा गांधींचे शिष्य आणि मॅगसेसे पुरस्कार विजेते डॉ. मणीभाई देसाई यांच्या "बाएफ" संस्थेमार्फत आत्महत्याग्रस्त शेतकऱ्यांच्या कुटुंबांना सहाय्य करणारे सामाजिक संघटन म्हणजे "मित्र" होय. मित्र प्रकल्पाअंतर्गत नवजीवन योजनेखाली नाशिक जिल्ह्यातील ७ कर्तृत्ववान महिलांचे कार्य पाहण्याची संधी विनायकदादा पाटील यांच्यामुळे मिळाली ... त्याची ही ऑफबीट कहाणी...

निफाड येथे स्व. शांतीलालजी सोनी पत संस्था इमारत उद्घाटन प्रसंगी नाशिक जिल्ह्यातील आत्महत्याग्रस्त शेतकरी कुटुंब प्रमुख असलेल्या महिलांशी संवाद साधला. सोबत होत्या आर्किटेक्चर अमृता ताई पवार. नाशिक जिल्ह्यात २०१३ ते २०१८ पर्यंत आत्महत्याग्रस्त शेतकऱ्यांची शासनमान्य संख्या १३५ आहे. मित्रने त्यापैकी ५५ कुटुंबांना प्रत्यक्ष भेटी दिल्या. त्यापैकी ३१ कुटुंबांनी नवजीवन कार्यक्रम स्वीकारुन स्वत:चे कुटुंब सावरले. कुंदेवाडी निफाड येथे वैकुंठ पाटील

यांच्या निवासस्थानी मालेगाव तालुक्यातील या ७ भगिनी त्यांची कहाणी मांडत होत्या...

नूतन लोटन बोरसे, गाव शिरूड. सुशिला गणेश बच्छाव, गाव सोनज. अरुणा आनंदा अहिरे, गाव धुंदे. संगीता ग्यानदेव पवार, गाव वळवाडी. मनिषा महेश सोनवणे, मंगल कृष्णा कदम, सुनिता निवृत्ती कदम, गाव पाडळदे ... शेतात कपाशी लावली पण विहीर नाही ... शेतात मोटार आहे पण पाऊस नाही ... डाळिंबाला पाणी नाही तर झाडं मरुन जातील ... पाण्याचा टॅंकर पाहिजे ... विहीर अजून खोल करायची आहे ... पाण्याची व्यवस्था झाली पाहिजे ... मुलांना शिक्षणासाठी बोर्डिंगमध्ये ठेवायचे आहे ... मोठ्या मुलाला नोकरी लावायची आहे ... अशा त्यांच्या विविध समस्या! अशा बिकट परिस्थितीत नूतनताईनी शेती गहाण होती, ते कर्ज फेडून शेती सोडवली. अरुणाताईनी डाळिंब लावले. सुशीलाताईची डाळिंब बाग पुढच्या वर्षी उत्पन्न देईल. संगीताताईनी मित्रच्या सहाय्याने बोअर घेतले. भरपूर पाणी लागले. कांदे बाजरी लावले. भरपूर उत्पन्न आले. मागच्या वर्षी ७ हजार उत्पन्न निघाले होते ते आता ६० हजार मिळाले. शेतात तूर

लावायची आहे. सुनीताताईनी कांदा कपाशी लावले पण पिकाला भाव नाही. खाऊन पिऊन बरो बर झाले. घरचा माणूस जिवंत होता तेव्हा नूतनताईच्या शेतात कुळीथ पेरले होते. आता कुळीथाला ४०० रुपये पायली भाव आहे. त्यांना शेतात कुळीथ लावायचा आहे ... सर्व भगिनी अमृताताईशी मनमोकळेपणाने बोलत होत्या...

आत्महत्येचे अचानक अंगावर आलेले संकट ... त्यात कोलमडून न जाता स्वतः खंबीरपणे उभे राहून कर्तृत्वाची शेती करणाऱ्या या भगिनी ... शेतीवाडी पिकत नाही ... पिकली तरी मालाला किंमत नाही ... पैसा डोळ्याला दिसत नाही ... पैशाशिवाय भागत नाही ... त्यांच्या मते निसर्ग हा शेतकऱ्यांचा पहिला शत्रू आहे आणि भाव पाडून देणारी बाजारपेठ हा दुसरा शत्रू! डोळ्यातलं पाणी पीठात मळून लेकरांच्या तोंडी भाकरीचा घास घातला ... शेती पिकली तर भाव सापडत नाही आणि भाव तेजीत असतो तवा शेती पिकत नाही ... तुम्ही विचारू नाही आणि आम्ही सांगू नाही अशी दशा आहे भाऊ! पण दादांसारख्या माणसांमुळे हिंमत धरून उभे राहिलो ... देवाला म्हणलं पहा किती परीक्षा पाहतो! आम्ही बी मागे हटणार नाही!

ढेकळांना मौतीचा रंग आला ... देवाची दौत सांडून संसारात अंधाराची शाई पसरली...

शिवारातलं बापासारखं डेरेदार वडाबाभळीचे झाड आता मौतीचा हात दिसतो ... शेतातल्या बुजगावण्याचं फडफडणारं मफलर फासाच्या दोरावानी गळा आवळतं आणि समद्या गावात शिवारात कसा एंड्रीनचा (कीटकनाशक) वास भरून राहिलेला! पण आम्हीबी धरतीच्या लेकी हावोत ... मागं हटलो नाही आणि हटणारबी नाही ... पोराबाळांचे संसार मार्गी लावणार... आई बी आम्हीच आणि बापबी आम्हीच पोरांचे!... त्यांची कहाणी ऐकता ऐकता मला आठवत होते बाबा आमटेंचे 'ज्वाला आणि फुले' मधील शब्द ... सूर्याचे एक नाव मित्र आहे ... तो अंधार नाहीसा करतो आणि सृजनाचे सामर्थ्य देतो ... या समाजाला मित्र हवे आहेत ... त्याच्या "साठी" काही करण्याऐवजी त्याच्या "सोबत" खपणारे!

कुसुमाग्रजांचे घर

तुम्ही मला कुसुमाग्रजांचे घर म्हणून ओळखतात पण या कवीला जसे घर नव्हते तसे मला नाव नाही ... त्र्यंबकरोडवर तरणतलावाच्या मागे ... हा माझा पत्ता आहे. या कवीला ज्ञानपीठ मिळाल्यानंतर नाशिक नगरीने हे घर दिले आणि मला हा माणूस जवळून पाहता आला. तुम्ही या कवीला कुसुमाग्रज या नावाने ओळखता ... तात्यासाहेब म्हणून संबोधता ... पण मला तर या माणसासाठी संत हेच संबोधन योग्य वाटते!

पटेल कॉलनीतील सरस्वती सदन आणि राका कॉलनीतील प्रशांत ही या संताची या पूर्वीची दोन्ही घरं मी पाहिलेली नाहीत पण कधी एकटे असताना तात्या सिगारेटच्या धुरात सुन्नपणे पाहू लागत त्यावेळी मला वाटायचं की सरस्वती सदन माझ्यापेक्षा मोठे होऊन त्यांच्या मनात डोकावत असेल ... एकटेपण दोरीसारखे ताणून बांधलेले आणि त्यावर वाळत घातलेल्या कपड्यासारखे तात्यांचे मन!

तात्यांच्या खोलीतील वस्तूंची मांडणी पाहिली तर एक गोष्ट तुमच्या लक्षात येईल की अशीच रचना यापूर्वीच्या दोन्ही घरात होती ... ती पुस्तकांची मांडणी ... लिहिण्याचे टेबल ... समोरच्या टेबलवर गोळ्या औषधांचा बॉक्स ... पुस्तकांच्या रॅकवरचा तो छोटा पृथ्वीचा गोल ... टी. व्ही.च्या बाजूला बुद्धाचा मौन प्रशांत पुतळा ... वर भिंतीवर कै. बाईचा फोटो ... त्यापुढे संध्याकाळी म्लानपणे जळत असलेल्या उदबत्त्या ... बाजूच्या टी पॉयवर टेबल लॅम्प आणि गडकरी व शेक्सपीयरची तसबीर ... भिंतीवर नटसम्राट आणि दारावर अडकवलेल्या आधाराच्या २ काठ्या ... बाहेरचा छोटासा हॉल ... उरलेल्या दोन खोल्यात प्रतिष्ठानचे कार्यालय आणि वाचनालय ... असे होते तात्यांचे घर!

इंग्रजी पाचवीत असताना या संताने नारायणरावांच्या खूनावर एक औरस चौरस पद्य लिहिले होते. त्यांच्या काव्यलेखनाची ती सुरुवात ... त्यांनी काव्याच्या गंधर्वभूमीत प्रवेश केला तो गोविंदाग्रज आणि बालकवींच्या पायखुणांचा मागोवा घेत ... बालाजी मंदिराजवळ या संताची एक झरोकेवजा खोली होती ... तिथे

मित्रमंडळी जमत ... ध्रुव मंडळाचा जन्मही तिथलाच ... एक वेगळी सामाजिक आणि सांस्कृतिक संस्था स्थापन करणे ही आपली व्यक्तिगत गरज होती असं म्हणत १९५० साली लोकहितवादी मंडळाचीही स्थापना केली ... त्यांच्या सामाजिक आशयाच्या कवितेमागील प्रेरणा आणि व्यक्तिगत धारणा एकरूपच होत्या...

त्यांचे बरेचसे लिखाण सरस्वती सदन मध्ये झालेले आहे ... ते इथे आल्यावर मी त्यांच्या पुस्तकांची पानं वाऱ्याच्या हातांनी हळुवारपणे चाळली आणि मला दिसला या माणसापाशी असलेला प्रतिभेचा तेलदिवा ... तुम्ही त्यांना अग्नी संप्रदायी ... स्थंडिल संप्रदायी ... प्रकाश पूजक म्हणता पण मला दिसले एकाकीपणाचे स्फटिकीभवन झालेले! त्यांचा एकांतही “एकांत काळीज पिंजत बसे” असा आहे...

आपले मातीपण कधी या कवीने नाकारलेले नाही ... याउलट मातीचे हिरवे रक्त आणि आभाळाचे निळे रक्त यांचाच संघर्ष मांडला ... या कवीचा देवही देवळाच्या परिघा पलीकडचा आहे. त्यांचा विदूषक म्हणतो ... “सुख उधळून द्यावे, पण दुःख मात्र घडी घालून ठेवावे काळजामध्ये” ...

यातूनच त्यांचे मन आपल्याला कळू शकते. किरणांचा पिसारा उघडून काळोखावर तेजाची लेणी खोदत बसलेल्या या देवदूताला प्रचंडतेचे प्रचंड आकर्षण होते ... घर देता का घर म्हणणाऱ्या तुफानाला घर हवे होते माणुसकीचे ... तात्यासाहेब शिरवाडकरांच्या नाटकांमधील व्यक्तिरेखा पाहिल्या तर दिसतील सागर आणि डोंगर या उपमेतील व्यक्तिरेखा ... त्या सर्वात मला नटसम्राट पेक्षाही जवळची वाटलेली व्यक्तिरेखा म्हणजे बाजीराव पेशवा ... हा बाजीराव एकटेपणाच्या जाणिवेने व्यथित आहे ... त्यात मला या संताचे साकळलेले मन जाणवले आहे ... हे पर्यायहीन एकाकीपण रसिकाला विव्हल करते ... कोलंबसाच्या गर्वगीताचा सूर आता मावळला आहे ... क्रांतीचा जयजयकार नाही ... आक्रमकतेचा पवित्राही नाही ... देवाशी बंड पुकारणे नाही ... फक्त विद्ध करणारे अस्वस्थ करणारे मन ... कधी आरती प्रभूंच्या शब्दातला गतस्मृतींचा कापूरपेला काळोखाने ठणकतो ... वाऱ्याने उलगडलेल्या पानांवरील वेदनेची एकतारी छेडणाऱ्या कारवारच्या सागरतीरावरील ओळी मला दिसतात...

मला एकटा पाहून येथे

लहरी लहरीत कुजबुज होते

होय सयांनो... खरे असे ते...

महादेवाला वाहतात वांगे...

नाशिक त्र्यंबकच्या या भूमीवर महादेवाचे कृपाछत्र आणि प्रभू श्रीरामांचे चिलखत आहे ... शिव आणि राम ... राम आणि ईश्वर ... रामेश्वर ... नाशिक जिल्ह्यातील पाटोदा या गावच्या रामेश्वराची ही ऑफबीट कहाणी...

नाशिक आणि नगर जिल्ह्याच्या सीमेवरील ऐतिहासिक पाटोदा हे गाव येवल्यापासून १५ कि.मी. आणि नाशिक पासून ७१ कि.मी.वर आहे. सात हजाराच्या जवळपास लोकवस्ती असलेल्या या गावात पालखेड डाव्या कालव्यामुळे बहुतांशी आधुनिक शेती व्यवसाय आहे. या गावातील रामेश्वर शिवालय हे अतिशय प्राचीन व प्रसन्न असे ठिकाण आहे. प्रभू श्रीरामचंद्रांच्या पदस्पर्शाने पावन झालेल्या २९४ तीर्थस्थळातील पाटोदा हे १५१ वे पवित्र स्थान आहे.

मंदिराचे भव्य प्रवेशद्वार आपले मन मोहून घेते. पायऱ्या चढून गेल्यावर समोरच प्रशस्त सभामंडप ... सर्वत्र शिवस्तुती स्तोत्रलेखन ... डाव्या हाताला इच्छामणी गणेश मंदिर ... त्याच्यापुढे सद्गुरु श्रीजनार्दन स्वामी दर्शन ...

मुख्य गाभाऱ्याच्या समोरील सुबक नंदी ... वर टांगलेली १०१ किलोची प्रचंड घंटा आणि गाभाऱ्यात श्रीरामेश्वराची मनोहर वालुकामय पिंड! गाभाऱ्याच्या वर एक लेख कोरलेला आहे... ॥श्री लक्ष्मी नृसिंह प्रसन्न॥ श्री शिवाजी विठ्ठल उमदे तुलमुल्क बहादर विंचूरकर सं. विंचूर यांनी शके १७१०मध्ये कसबे पाटोदे येथे बांधिलेल्या श्रीरामेश्वर मंदिराचा श्री. गिरीजाबाईसाहेब भ्र. शिवदेवराव विंचूरकर यांनी कै. श्री खंडेराव विठ्ठल विंचूरकर यांचे स्मरणार्थ जीर्णोद्धार केला. मिती वै श ॥शके १८७८॥

गाभाऱ्याच्या डाव्या हाताला बाहेरील भिंतीवर स्थळमाहात्म्य लिहिलेले आहे ... श्रीरामेश्वर मंदिराचे महत्त्व ... प्राचीन काळी म्हणजे श्रीराम अवतार मध्ये दंडकारण्य असताना प्रभू राम अगस्ती मुनी महाराज यांचे दर्शनासाठी जात असताना पाटोदे येथे प्रभू राम यांचा मुक्काम झाला. त्यांचे नित्यनियमाप्रमाणे त्याच दिवशी प्रभूने शिवलिंग स्थापन केले व पूजा केली. पूजा चालू असताना एक रोगी (मोस असलेला) तेथे आला व प्रभूंना विनंती करून सांगितले की माझे मोस जातील यावर उपाय करा. त्याचवेळी प्रभूने 'तथास्तु' म्हणून त्यास आशीर्वाद दिला.

त्या दिवसापासून या मंदिरात मोस असलेला रोगी बरा होतो. फक्त सव्वा किलो वांगी व श्रीफळ या शिवालयास मनोभावे अर्पण करावे म्हणजे मोस बरे होतात अशी रामेश्वर शिवालयाची ख्याती आहे. या शिवालयाची चैत्र महिन्यात शेवटच्या सोमवारी कावडी यात्रा भरते. मंगळवारी तांगे शर्यती व बुधवारी कुस्त्या होतात असा नियम आहे.

इतर ठिकाणी सगळीकडे देवाधिदेव महादेवास बेलपत्र अर्पण केले जाते, पण या शिवालयात महादेवास वांगे अर्पण केले जातात ही ऑफबीट परंपरा आहे. महादेव म्हणजे कल्याण, करूणा आणि कालाग्नी होय ... सरलता, साधेपणा आणि समग्रतेचा संस्कार होय ... तांडव, तत्त्वज्ञान आणि तंत्र होय ... संगीत, सूरसप्तक आणि नृत्य होय ... महादेव म्हणजे समर्पणातील समग्रता आणि सृजनातील बेभानपणा! पंचतत्त्वांचे सार रूप आणि अमूर्ताचा अनुभव देणारा सर्वसाक्षी! लयाचा लळा लागलेले महादेव म्हणजे भयमुक्ती! कातड्याचा शृंगार करणाऱ्या आम्हा मानवांवर प्रीतीचे पांघरूण घालणारे दिगंबर महादेव! आम्हा क्षणभंगुर बुडबुड्यांना श्वासांची भिक्षा घालून चैतन्याची परिक्रमा घडवणारे महादेव! संसार मायेचा थकवा दूर करून

गंतव्याचा गारवा देणारे महादेव! 'रँक' पेक्षा आमची 'रेंज' वाढवणारे महादेव! त्या महादेवाला याठिकाणी वाहिले जातात वांगे! आयुर्वेदात वांग्याचे गुणधर्म सांगितले आहेत ... ९२ टक्के पाणी, सहा टक्के कार्बोहायड्रेट आणि एक टक्का प्रोटीन असलेल्या वांग्यामुळे बॅड कोलेस्टेरॉल कमी होते ... प्रतिकारशक्ती वाढते ... हृदय विकार टळतो ... त्यात फायबर जास्त असल्याने वजन कमी होण्यास मदत होते ... जंतू संसर्ग शक्यता कमी होते ... क जीवनसत्त्वामुळे तारुण्य टिकून राहते ... तंबाखूची सवय सुटण्यास मदत होते ... आणि इटलीत वांग्याला 'मॅड ॲपल' म्हणतात कारण ते वेडाच्या झटक्यापासून संरक्षण करते!

अर्वाचीन मराठी कवितेच्या जननी : सावित्रीबाई फुले

कवी केशवसुतांपूर्वी एकतीस वर्षे अगोदर मराठी काव्यसंग्रह निर्मिती करणाऱ्या सावित्रीबाई फुले म्हणजे मराठी साहित्य क्षेत्रातील एक महत्त्वाचा अध्याय आहे. पहिल्या भारतीय शिक्षिका, आदर्श मुख्याध्यापिका, समाजसेविका यासोबतच सावित्रीबाई फुले म्हणजे दलित साहित्याचे उगमस्थान असलेल्या 'मुक्ता साळवेचा निबंध (सन १८५५)चे प्रेरणास्थान आणि अर्वाचीन मराठी कवितेच्या जननी होय!

क्रांतीमा सावित्रीबाई फुले यांचा "काव्य फुले" हा पहिला कवितासंग्रह १८५४ साली प्रकाशित झाला. त्यानंतर ७ नोव्हेंबर १८९२ साली "बावन्नकशी सुबोध रत्नाकर" प्रकाशित झाले ... शिव्यांची शाल आणि शेण गोट्यांचा सत्कार पचवून जखमांचे अलंकार मिरवत स्त्रीशिक्षणाचा पाया घालणारे जोतीबा- क्रांतीमा हे जगाच्या इतिहासातील एकमेव जोडपे होय! सामाजिक कार्यातील परिश्रमाला प्रतिभेची जोड मिळून दुःखाच्या दवबिंदूंना

माणुसकीच्या मोत्यांचे मोल मिळवून देणाऱ्या सावित्रीबाई म्हणजे अर्वाचीन मराठी कवितेच्या जनक होय !

धर्मशास्त्राने श्रृती-स्मृतींच्या आडव्या-उभ्या धाग्यांनी करकचून बांधून टाकलेली स्त्री ... एक स्वतंत्र व्यक्ती म्हणून अस्तित्वच नाकारलेली स्त्री ... ढोल, पशू आणि गँवार यांच्या समकक्ष गणली गेलेली स्त्री ... रूढी-परंपरांच्या निर्दय वरवंट्याखाली भरडली गेली स्त्री ... सतीप्रथा, केशवपन आणि पतीव्रताधर्माखाली चिरडली गेली स्त्री ... अशी सगळी त्या काळची परिस्थिती! या प्रतिकूल परिस्थितीवर मात करत स्त्री, शूद्र आणि कष्टकरी बहुजनांना शिक्षणाचे 'तृतीय रत्न' देणाऱ्या फुले दांपत्याने आजच्या लिंगभेदरहीत स्त्रीपुरुष समता स्वातंत्र्य युगाचा पाया रचला! वास्तवाला भिडणारी दणकट भाषा निवेदनशैली वापरुन काव्य फुले आणि बावन्नकशी सुबोध रत्नाकर लिहिणाऱ्या सावित्रीबाई म्हणजे अर्वाचीन मराठी कवितेच्या मातामह होय!

वयाच्या तेविसाव्या वर्षी सावित्रीबाईनी काव्यफुले लिहिली. त्यात ४१ कविता आहेत. प्रत्येक तरुण साहित्यिकाच्या काळजाची मातृभाषा कविताच असते.

साहित्य निर्मिती म्हणजे आपलेच शब्दबद्ध दुसरे रूप असते. जगण्याच्या अनुभवातून आकाराला आलेला आशय मांडत सावित्रीबाई म्हणतात ... शूद्रांना सांगण्याजोगा आहे ... शिक्षण मार्ग हा ... शिक्षणाने मनुष्यत्व ... पशुत्व हाटते पहा! सावित्रीबाईच्या शाळेत मुलींचे पालक चिमुकल्या मुलींना पोत्यात घालून गुपचूप शाळेत आणून सोडत. (संदर्भ: गो. पु. देशपांडे- सत्यशोधक) अशा परिस्थितीत स्वच्छता, शिवण, संगोपन आणि शिक्षणाचे महत्त्व पटवणाऱ्या क्रांतीज्योतीचे आपल्यावर अनंत उपकार आहेत! जाईची कळी या कवितेत त्या म्हणतात ... सुगंध खेळवी कळी जाईची ... नष्ट होऊनी जाय अखेरी ... अशीच मानव कळी जाईची! जाईचे फुल कवितेत ...रीत जगाची कार्य झाल्यावर ... फेकून देई मजला हंगून! त्यांचा पिवळा चाफा ... नेत्र नासिका रसिक मनाला ... तृप्त करूनी मरून पडतो! मानव व सृष्टी कवितेत पावसाळ्याच्या आगमनानंतरचे वर्णन आहे, तर ब्रम्हवती शेती कवितेत शेतकऱ्याच्या शोषणाचे चित्रण करून श्रम आणि घामाचा शिक्षणाशी संबंध जोडला आहे! मातीची ओवी कवितेत काळ्या आईचा, मातीचा महिमा वर्णन केला आहे, तर श्रेष्ठ

धन कवितेतील त्यांच्या शैक्षणिक धोरणाचा आढावा घेतलेला आहे. नवस कवितेतून संत तुकोबांचा वारसा चालवत अंधश्रद्धेवर प्रहार केला आहे. सामुदायिक संवाद कवितेतून आनंददायी शिक्षण पद्धतीचे दर्शन घडवले आहे. शूद्रांचे दुखणे मधून बहुजनांच्या समस्यांवर शिक्षणाचा अचूक उपाय सुचवतात. सावित्री जोतीबा संवाद कवितेतून अज्ञान काळोख संपून प्रबोधनाची पहाट उगवली असे सांगून मानवमुक्तीची संकल्पना साकारणाऱ्या सावित्रीबाई म्हणजे अर्वाचीन मराठी कवितेच्या पितामह होय!

"बावन्नकशी सुबोध रत्नाकर" यात पोथीवजा शैलीत ५२ कडवी आहेत. उपोद्घात, सिद्धता, पेशवाई, आंग्लाई, जोतीबा आणि उपसंहार असे सहा भाग आहेत. संपूर्ण लिखाण इंग्रजी काव्य प्रभावापासून संपूर्णपणे दूर आहे कारण त्यांना इंग्रजी साहित्य ज्ञात नव्हते! समकालीन कोणीही कविता लेखन करणारे नव्हते ... कविता लेखनाची घराण्यात परंपरा नव्हती ... स्वतःला लेखनाचा अनुभव नव्हता आणि अशावेळी तळागाळातील मुक्या माणसांचा आवाज बनलेल्या सावित्रीबाई! फातिमा शेख, सगुणाबाई क्षीरसागर, बजूबाई निंबणकर, मुक्ताबाई

साळवे यांच्या सहकार्याने साकारलेला समता ममतामयी कर्तृत्वाचा कळस म्हणजेच अर्वाचीन मराठी कवितेच्या गंगोत्री सावित्रीबाई फुले होय!

मनपा शाळेची आंतरराष्ट्रीय आकाशात भरारी

नाशिक मनपा शिक्षण विभागाचे प्रशासनाधिकारी उदय देवरे मनपा शाळांच्या प्रगतीबद्दल अभिमानाने सांगत होते. सातपूर कॉलनी, शिवाजीनगर, पाथर्डी गाव, अश्वमेध नगर, पंचवटी आणि आनंदवल्ली शाळांची यशोगाथा ऐकतांना मनपा शाळांचे बदललेले रूप मन मोहुन घेत होते. त्यातीलच आनंदवल्ली मनपा शाळा क्रमांक १८ ची ही ऑफबीट यशोगाथा ...

क्रांतीज्योती सावित्रीबाई फुले विद्या मंदिर, मनपा शाळा क्रमांक १८, आनंदवल्ली, नाशिक ही युनेस्को क्लबची मान्यता मिळालेली नाशिक शहरातील एकमेव शाळा आहे. या आंतरराष्ट्रीय संस्थेचे मान्यता प्रमाणपत्र शाळेला मिळाले आहे. त्यासाठी कैलास ठाकरे (मुख्याध्यापक) सविता बोरसे (क्लब डायरेक्टर) अनिता जाधव (सेक्रेटरी) सुनीता पवार, उषा सावकार (शिक्षक सदस्य) आणि इयत्ता दुसरी ते पाचवीतील विद्यार्थी अभिनंदनास पात्र आहेत.

या क्लब अंतर्गत विद्यार्थ्यांना आंतरराष्ट्रीय दिनविशेष साजरे करण्याची संधी मिळणार असून त्यातून आंतरराष्ट्रीय ऐक्यभावना निर्मितीस मदत होणार आहे. सांस्कृतिक आदानप्रदान आणि अभ्यास दौरा या युनेस्कोच्या उपक्रमातून विद्यार्थ्यांना दुसऱ्या देशात जाऊन आपली संस्कृती व कला सादर करण्याची संधी उपलब्ध होणार आहे. तसेच आंतरराष्ट्रीय परिषदा व स्पर्धात सहभागी होण्याची संधी सुद्धा मिळणार आहे. निवड झालेल्या विद्यार्थ्यांचा ८५ टक्के खर्च युनेस्को करणार आहे, उरलेला खर्च युनेस्को सभासद पालक-शिक्षक करणार आहेत.

मनपा शाळा क्रमांक १८, आनंदवल्ली या शाळेत आज एकूण पट ८६९ आहे त्यात ४३९ मुली व ४३० मुले आहेत. इयत्ता पहिली ते आठवीपर्यंत प्रत्येक इयत्तेच्या चार तुकड्या आहेत. युट्युब वर जर आपण शोध घेतला तर नाशिक मनपाच्या अनेक शाळांचे विविध नाविन्यपूर्ण उपक्रम दिसतात. त्यात आनंदवल्ली शाळेचे उपक्रम आपले लक्ष वेधून घेतात. या शाळेचा जगभरात प्रसिद्धी पावलेला उपक्रम म्हणजे "भाषा संगम"... उपक्रमशील शिक्षिका

सविता बोरसे यांच्या कल्पक प्रयत्नातून साकारलेल्या या उपक्रमात मनपा शाळेचे इयत्ता तिसरी क मधील विद्यार्थी बंगाली, नेपाळी, उर्दू, तामिळ, गुजराती, डोंगरी, पंजाबी, आसामी अशा २४ भाषात मनमोकळा संवाद साधताना दिसतात. "सकाळ कलांगण" ने सुद्धा कौतुक केलेल्या या विद्यार्थ्यांसोबतच त्या शिक्षकांचासुद्धा आपल्याला अभिमान वाटतो.

मनपा शाळा क्रमांक १८, आनंदवल्ली ही शाळा एक उपक्रमशील शाळा म्हणून प्रसिद्ध आहे. इयत्ता १ ते ५ सेमी इंग्रजी असून सर्वच वर्गांचा गुणात्मक दर्जा उत्तम आहे. विद्यार्थी हिताबद्दल कळकळ असलेले शिक्षक हे मनपा शाळांचे वैशिष्ट्य येथेही दिसते. या शाळेतील शिक्षक या ठिकाणी आपले किंवा कुटुंबातील सदस्यांचे वाढदिवशी इतर खर्च न करता विद्यार्थ्यांना शैक्षणिक साहित्य वाटप करतात. विद्यार्थी इंग्रजीत नाटिका सादर करतात. इंग्रजीत संभाषण करतात. भाषा वाचन, गणिती क्रिया सफाईदारपणे अचूक करतात. साहित्याच्या आधारे वर्गावर्गातून बेरीज वजाबाकीची उदाहरणे सोडवणारे विद्यार्थी पाहून कृतीयुक्त आनंददायी अध्यापनाचे दर्शन होते आणि तळा गळातील

कष्टकरी समाजाचे भवितव्य मनपा शिक्षकांच्या हाती सुरक्षित असलेले पाहून सर्व मनपा शिक्षकांचा अभिमान वाटतो!

अनेक अडचणींवर मात करत मनपा शाळा कात टाकत आहेत आणि तळागाळातील गुणवत्ता मोठ्या प्रमाणावर समाजासमोर आणत आहेत. अज्ञानावर मात करण्याच्या छंदाने अखंड जीवन छंदोपनिषद बनलेले शिक्षक हे सर्वच मनपा शाळांचे बलस्थान आहे. मोफत शिक्षणाबरोबरच सुसज्ज आकर्षक इमारती, स्वच्छ पाणी, सकस पोषण आहार, प्रयोगशाळा, वाचनालय, क्रीडासाहित्य, योगा, कराटे, मोफत गणवेश, बूट, सॉक्स, दप्तर, शैक्षणिक साहित्य, मोफत पाठ्यपुस्तके अशा विविध सुविधांसोबतच विद्यार्थ्यांच्या सुप्त क्षमतांचा विकास होण्यासाठी शिष्यवृत्ती परीक्षा, स्पर्धा परीक्षा, क्रीडा स्पर्धा, निबंध -वक्तृत्व स्पर्धा सोबतच सांस्कृतिक कार्यक्रमांचे आयोजन केले जाते. सुजाण पालकांनो ... मनपा शाळा बदलली आहे ... नव्या युगातील नव्या विकासाचा वास नव्या इमारतीत दरवळतो आहे. नव्या आशय-विषयांचे मंत्र घुमताहेत. ज्ञानाधारित अर्थव्यवस्थेतील जागतिकीकरणाचे

तंत्र मनपा शाळांना कळाले आहे. नव्या युगाची चाहूल लागली आहे. नव्या झळाळीने मनपा शाळा झगमगत आहेत!

मल्लखांबशास्त्राचे आद्यगुरु : बाळंभटदादा देवधर

मलखांबशास्त्राचे आद्यगुरु बाळंभट दादा देवधर(१७८०-१८५२) नाशिक जिल्ह्यातील निफाड जवळच्या कोठुरे गावचे होते ही बाब समस्त नाशिककरांना भूषणास्पद अशी आहे! पेशवाईच्या अखेरच्या काळात अनेक बलदंड मल्लांना धूळ चारणारे शक्तिसंपन्न पुरुष म्हणजे बाळंभटदादा देवधर होय!

बाळंभट दादांचे मूळ गाव नाशिकपासून पंचवीस किलोमीटरवर असलेले कोठुरे होय. त्यांचे वडील जनार्दनपंत वेदाध्ययन करत. इसवीसन १७९५-९६ साली ते कोठुरेहुन पुण्यास पेशवे सवाई माधवराव यांचे आश्रयास राहिले. बाळंभटदादांचे वय त्यावेळी सोळा वर्षांचे होते. कोठुरे येथील तालमीत मेहनत करून त्यांनी बळकट शरीर संपदा संपादन केली होती. पुण्यात त्यावेळी प्रसिद्ध असलेल्या राघोबा वस्ताद यांच्या तालमीत ते जाऊ लागले. त्यांचे शरीर चापल्य व सामर्थ्य पाहून ते राघोबा वस्ताद यांचे लाडके शिष्य बनले. राघोबावस्ताद यांचा दुसरा एक शिष्य होता, त्याचे नाव सदोबा तेली. पहिलवानकीच्या

गुर्मीत सदोबाने आपल्या वयस्कर गुरुंना कुस्तीचे आव्हान दिले. राघोबा वस्तादांनी बाळंभट दादांना तयार करून सर्व मल्लविद्या शिकवली. दंगलीच्या दिवशी दादांनी दमछाकीच्या जोरावर सदोबाशी कुस्ती मारली. पेशव्यांच्या कानी ही वार्ता जाताच दादांना सरकारात आश्रय मिळाला.

त्यानंतर दुसरे बाजीरावाच्या काळात अली व गुलाब नावाचे निजामाचे दोन पहिलवान पुण्यात आले आणि त्यांनी जोड मिळावी अशी मागणी केली. अली व गुलाम म्हणजे फारच दांडगे पहिलवान होते. रोज एक बकऱ्याचे मटण व पक्का सव्वाशेर तूप असा त्यांचा एकेकाचा आहार होता. दरबारची अब्रू जाण्याची वेळ आली. दादांनी ते आव्हान स्वीकारले. अली व गुलाब सारख्या दैत्यांशी लढण्यासाठी शारीरिक तयारी सोबतच दैवी अधिष्ठान मिळवणे आवश्यक आहे असे दादांच्या श्रद्धाळू मनाला वाटले. वणी येथील श्रीसप्तशृंगी देवीवर दादांची श्रद्धा होती. शरीरशक्ती संपादन करण्यासाठी शक्ती देवतेची आराधना केली. त्यांनी २१ दिवस सप्तशृंगगडावर अनुष्ठान केले. एकविसाव्या दिवशी भगवती कृपा झाली. समोर एक लाकडी लाट होती. त्यावर उलट-सुलट उड्या मारणाऱ्या

वानरांचा खेळ त्यांनी बारकाईने पाहिला. स्वतः करून पाहिला. ती लाकडी लाट म्हणजेच आजचा विकसित मल्लखांब होय. त्यापूर्वी मल्लखांबाची कुणालाही कल्पना नव्हती. मल्लखांबामुळे शरीर लवचिक व मजबूत होते. दमसास वाढून शरीरावर चांगला ताबा मिळवता येतो. मल्लखांबावर अढी, उडी, सलामी, तिडी, बगली, दसरंग, फिरकी, उतरती, वेल, सुईदोरा, फरार, आसन व झाड अशा कसरती केल्या जातात. कुस्तीस उपयोगी ही नवी कला अवगत करून दादा परत पुण्यात आले. शनिवारवाड्यासमोर कुस्ती जाहीर झाली. सकाळी आठ वाजता कुस्ती सुरुवात झाली. डाव-प्रतिडाव, पवित्रा बदलणे सुरू झाले. तासभर कुस्ती चालली आणि अखेर दादांनी संधी साधून अलीच्या गळ्यात यमखोडा घातला. दादांनी त्याला तसाच ओढून पाठीवर पाडला. अली बिनतोड चीत झाला. दादांनी लगेच गुलाबला आव्हान दिले पण अलीची वाईट अवस्था पाहून गुलाबने खेळण्याचे नाकारुन पराभव स्वीकारला. या कुस्तीमुळे बाळंभटदादांचे नाव देशभरात पसरले. पेशवे त्यांना आपले व्यायाम गुरु मानू लागले.

दादांच्या शिष्यांपैकी हरिपंत बर्वे, गोपाळराव सहानी, कासम भाई हे तिघे पुढे कुस्तीत खूप प्रसिद्ध झाले. त्यांचा एक शिष्य टक्के जमाल हा मल्लखांबाचे कसरतीत प्रवीण होता. पेशवाईच्या अस्तानंतर पेशवे ब्रह्मावर्तास जाऊन राहिले. दादाही त्यांच्यासोबत तिकडे गेले. तेथे तालीम चालवून अनेक शिष्य तयार केले. धोंडभटनाना, बाबा शिंपी, दादा सोनार, अलिया पहिलवान व दादांचे पुत्र नारायण गुरु असा शिष्य परिवार भारतभर प्रसिद्ध झाला. अमृतसर येथील कुस्ती दंगलीत बाळंभट दादांची सुलतान पैलवाना सोबतची कुस्ती १४ दिवस चालली. गळखोड्याच्या डावावर दादांनी सुलतानला उताणे पाडले. बाळंभट दादा देवधर व त्यांच्या शिष्यांनी मल्लविद्येचा सर्वत्र प्रसार करून महाराष्ट्राचे नाव देशभर केले. उतारवय झाल्यावर आता जगण्यात सुख नाही असे वाटून १८५२ च्या सुमारास गंगेच्या प्रवाहात उडी घालून दादांनी आपली जीवनयात्रा संपवली.

शिल्पकलानिधी : कृष्णाजी विनायक वझे

नाशिकचे रावसाहेब कृष्णाजी विनायक वझे (१८६९-१९२९) शिल्पशास्त्राच्या अभ्यासामुळे शंभर वर्षांपूर्वी भारतभर प्रसिद्ध होते. मुरलीधर मंदिरासमोर भागवत वकिलांच्या वाड्यात ते राहत होते. मेनरोडवरील जी. के. ब्रदर्स या पुस्तक विक्री दुकानाच्या वझेंचे ते आजोबा. आज त्यांचा नव्वदावा स्मृतिदिन आहे. आज नाशिकमध्येही फारसे कोणाला त्यांचे नाव माहित नाही. शिल्पशास्त्रातील या अप्रसिद्ध अवलियाची ही ऑफबीट कहाणी...

शिल्पकलानिधी, महाराष्ट्राचे स्मृतिकार म्हणून गौरविले गेलेल्या वझेजींचा जन्म कोकणात सिंधुदुर्ग येथे १६ डिसेंबर १८६९ रोजी झाला. मॅट्रिकनंतर पुण्याच्या इंजिनिअरिंग कॉलेजमधून अभियंता म्हणून १८९१ साली उत्तीर्ण झाले आणि बांधकाम खात्यात अभियंता म्हणून नोकरीला लागले. बालपणापासूनच घरातील संस्कारक्षम वातावरणात भारतीय संस्कृतीचे शिक्षण घेतलेल्या वझेजींना इंजिनीअरिंग कॉलेजमधील शिल्पशास्त्राचे

शिक्षण अपूर्ण आणि अभारतीय वाटत होते. ही भावनाच त्यांच्या जीवनातील टर्निंग पॉइंट ठरली.

पुढील पंचवीस वर्षे त्यांनी शिल्पशास्त्राच्या शोधात अखंड भारतभर स्वखर्चाने भ्रमण केले. अफगाणिस्तान आणि म्यानमार पर्यंत भटकंती करून शिल्पशास्त्रावरील चारशे दुर्मिळ ग्रंथ आणि दोनशे हस्तलिखिते जमा केली. भृगुशिल्पसंहितेच्या आधाराने १० शिल्पशास्त्र, ३२ शिल्पविद्या आणि ६४ शिल्पकलांचा जगाला परिचय करून दिला. देशभक्तीच्या भावनेतून त्यांना युद्धकलेचा अभ्यास करावयाचा होता. त्यासाठी सरकारकडे परवानगी मागितली. ब्रिटीश सरकारकडून परवानगी मिळाली नाही म्हणून दोन वर्ष विनावेतन रजेवर जाऊन त्यांनी युद्धविद्येचा अभ्यास केला. त्यांनी एकूण २८ पुस्तके लिहिली आहेत. त्यात धर्म शिक्षणावर १०, वाणिज्य विषयावर ४, शिल्पशास्त्रावर ११ आणि राज्य शासनावर ३ पुस्तके आहेत. १९३४ साली लिहिलेल्या 'प्राचीन युद्धविद्या' या पुस्तकात नाशिकचा उल्लेख आहे. युद्धविद्या प्रशिक्षणाच्या ६ प्रमुख ठिकाणांपैकी एक केंद्र अगस्तीआश्रम नावाने नाशिकच्या वायव्य दिशेला २४

मैलांवर होते. त्यात नऊ प्रकारचे प्रशिक्षण दिले जात असे. आजही नाशिक हे युद्धविद्या प्रशिक्षण केंद्र आहे.

वझेजींच्या 'प्राचीन हिंदी शिल्पशास्त्र सार' (१९२४) आणि 'हिंदी शिल्पशास्त्र' (१९२८) या पुस्तकातून भारतीय शिल्प शास्त्राचे यथार्थ दर्शन होते. इतिहासाने दिलेले धडे आपण गिरवले नाही तर इतिहास आपल्याला धडा शिकवल्याशिवाय राहणार नाही याचे भान त्यांच्या लिखाणातून येते. 'धर्मशिक्षणाचा ओनामा' या ग्रंथ मालिकेतून त्यांनी उपासना, कर्म, सण, संस्कार यांचा डोळस व्यावहारिक अर्थ सांगितला आहे. शिल्पशास्त्रांतर्गत धातूखंड, साधन खंड आणि वास्तू खंडातून कृषिशास्त्र, जलशास्त्र, खनि, नौका, रथ, विमान, वेश्म, किल्ले, नगररचनाशास्त्राचे दर्शन घडविले आहे. बाबासाहेब आपटे यांनी १९३० साली 'महाराष्ट्राचा स्मृतिकार' नावाने वझेजींवर पुस्तक लिहिले आहे. शिल्पशास्त्राकडे भारतीय दृष्टिकोनातून पाहण्याची दृष्टी आपल्याला त्यातून मिळते.

शिल्प हा शब्द 'शील' या धातूपासून झाला असून जे समाधान करते व दुःखाचे निवारण करते ते शिल्प होय. आपल्या सभोवती अनेक वस्तू असूनही त्या ताबडतोब

आपल्या उपयोगी नाहीत. त्यांना उपयोगी स्वरूप देणे म्हणजे शिल्प होय. असे शिल्प निर्माण करतो तो शिल्पकार! या दृष्टीने या देशातील बारा बलुतेदार हे खरे शिल्पकार होय. विविध प्रांतातील कष्टकरी बारा बलुतेदारांनी खरी शिल्पकला जिवंत ठेवली आहे पण याचे आपण भान ठेवले नाही. ही समाज उपयोगी शिल्पकला ब्राह्मण ग्रंथांमध्ये नसून कष्टकरी हाताने नवनिर्माण करणाऱ्या कारागिरांकडेच आहे हे ओळखून वझेजींनी बारा बलुतेदारांतील वयोवृद्ध कारागिरांकडून हे ज्ञान मिळवले ... त्याचे जतन केले. आज जागतिकीकरणाच्या लाटेत आभासी जगाकडून भ्रमनिरास झालेले लोक पुन्हा मानवनिर्मित हस्तकौशल्याच्या वस्तूंकडे आणि सेंद्रीय अन्नाकडे वळत असताना वझेजींच्या कार्याचे आजच्या काळात पुनर्मूल्यांकन होणे आवश्यक वाटते!

नाशिकची आरोग्यसेवामूर्ती : डॉ. मेरी एडिथ पिची फिप्सन

आज जागतिक आरोग्य दिन आहे. त्यानिमित्ताने ११४ वर्षांपूर्वी नाशिकमध्ये आरोग्य सेवा करून स्त्रियांना समाजात मानाचे स्थान मिळवून देणाऱ्या डॉ. मेरी एडीथ पिची फिप्सन यांची पुरुषी अहंकारा विरुद्ध संघर्षाची ही कहाणी. पारंपारिक पठडीत स्त्री म्हणजे परावलंबी अस्तित्व आणि पुरुष म्हणजे स्वतंत्र कृतिशील व्यक्ती म्हणून पाहिले जाते. या मानसिकतेशी संघर्ष करून बालविवाहविरोध व स्त्रियांचे आरोग्य या क्षेत्रात भरीव योगदान दिलेल्या डॉ. पिची फिप्सन म्हणजेच नाशिकची आरोग्यसेवा मूर्ती होय!

डॉ. पिची फिप्सन (१८४५-१९०८) यांचा जन्म ७ ऑक्टोबर १८४५ रोजी इंग्लंडमधील लॅंगहम येथे झाला. शिक्षण पूर्ण केल्यानंतर १८६९ पर्यंत एडीथने सहा वर्षे शिक्षिकेचे काम केले. त्याच काळात सोफिया जेक्स ब्लेक यांच्या आवाहनाला प्रतिसाद देऊन एडिंबरो विद्यापीठात वैद्यकीय शिक्षणासाठी प्रवेश घेतला आणि एक स्त्री म्हणून संघर्षाला त्यांना सामोरे जावे लागले.

स्त्रियांनी वैद्यकीय शिक्षण घेण्यास समाजाचा त्याकाळी विरोध होता. प्रवेश परीक्षेत एडिथ यांनी रसायनशास्त्रात प्रथम क्रमांक संपादन केला. त्यासाठी असलेली होप शिष्यवृत्ती मात्र त्यांना डावलून त्यांच्यापेक्षा कमी गुण असलेल्या पुरुष विद्यार्थ्याला देण्यात आली. विभाग प्रमुख डॉक्टर म्हणाले की स्पर्धा परीक्षेत मुलीं मुलांच्या पुढे जातात, त्यांच्या पेक्षा जास्त चांगले यश मिळवतात त्याचा मुलांवर विपरीत परिणाम होईल! स्त्रियांची बौद्धिक क्षमताच समाजाला त्यावेळी मान्य नव्हती. १८७३ मध्ये वैद्यकसेवा परवाना मिळवण्यासाठी त्यांना पुन्हा संघर्ष करावा लागला.

इकडे हिंदुस्थानात स्त्रियांची त्याकाळी अतिशय वाईट परिस्थिती होती. बालविवाह आणि सततच्या बाळंतपणामुळे स्त्रियांचे मृत्यू प्रमाण वाढत होते. स्त्री डॉक्टरांची आवश्यकता होती पण उपलब्धता नव्हती. त्यासाठी उद्योगपती पेस्तनजी होरमसजी कामा यांनी एक लाख रुपयांची देणगी दिली आणि मुंबईत कामा हॉस्पिटल सुरू करण्याचे ठरले आणि १२ डिसेंबर १८८३ रोजी डॉ. पिची कामा हॉस्पिटलसाठी भारतात आल्या.

इमारत बांधकाम व इतर कामे सुरु झाली. स्त्री डॉक्टरने रुग्णांकडून घेण्याच्या फीबाबत वाद झाला. पुरुष डॉक्टर आकारित असलेल्या फीपेक्षा डॉ. पिची यांनी कमी फी घ्यावी असा आग्रह झाला, पण त्याला डॉ. पिची यांनी ठाम नकार दिला. तसे केल्यास महिला डॉक्टरचे काम कमी प्रतीचे लेखले जाईल असे त्यांचे मत होते. कामा हॉस्पिटलचे बांधकाम, नर्सिंग प्रशिक्षण, निवासव्यवस्था, पगार, फर्निचर, कर्मचारी अशा अनेक बाबतीत त्यांना एक स्त्री म्हणून संघर्षच करावा लागला. मुंबईचा भयंकर उन्हाळा, उकाडा आणि मुसळधार पाऊस सुद्धा त्या संघर्षापुढे त्यांना काहीच वाटला नाही!

कामा हॉस्पिटलची प्रसिद्धी वाढू लागली. मार्च १८८९ मध्ये त्यांचा वाईन मर्चंट हर्बर्ट फिप्सन यांच्याशी विवाह झाला. दरम्यान डॉ. पिची फिप्सन यांनी रखमाबाई राऊत यांचे पालन पोषण व परदेशी शिक्षणासाठी मोठी मदत केली होती.

मुंबईचा भयंकर उन्हाळा सुसह्य करण्यासाठी डॉ. पिची फिप्सन काही दिवस नाशिकला येऊन राहत. नाशिकचे वातावरण आणि हवामान त्यांना अतिशय

आवडले म्हणून जेलरोडला कलानगर जवळ त्यांनी जमीन खरेदी केली. आजारी असलेल्या आणि आजारातून बऱ्या झालेल्या पण विश्रांतीची गरज असलेल्या स्त्री रुग्णांना आरामदायक राहण्यासाठी त्यांनी २७ सॅनिटोरियम बांधले. आज त्यापैकी फक्त एक शिल्लक आहे. डॉ. पिची आता जास्तीत जास्त काळ नाशिकमध्येच राहू लागल्या. त्यांनी २३ वर्षे भारतात वैद्यकीय सेवा केली. १९०५ साली त्या इंग्लंडला परत गेल्या. १४ एप्रिल १९०८ रोजी त्यांचे निधन झाले. नाशिक वर त्यांचे अत्यंत प्रेम होते आणि नाशिक वरील प्रेमापोटीच त्यांच्या पतीने नाशिकच्या सॅनिटोरियमला मदत सुरूच ठेवली होती. शिक्षण संपल्यानंतर भारतात जाऊन आपली वैद्यकीय सेवा देणाऱ्या विद्यार्थ्यांसाठी त्यांनी १९१० साली लंडन स्कूल ऑफ मेडिसिन मध्ये डॉ. पिची फिप्सन यांच्या नावे दर वर्षाची शिष्यवृत्ती ठेवली. पिची फिप्सन ट्रस्ट स्थापन केला. मृत्यूपूर्वी त्यांनी आपली वाईन कंपनी विठ्ठल मल्ल्या यांना विकली. ट्रस्टमार्फत आजही नाशिक मध्ये विविध सामाजिक उपक्रम व उद्योग प्रशिक्षणातून डॉ. पिची फिप्सन यांची स्मृती जिवंत ठेवली आहे.

जलतज्ज्ञ भारतरत्न : डॉ. बाबासाहेब आंबेडकर

भारतीय संविधानाचे शिल्पकार, शोषितांचे उद्धारक, बुद्धिवादी विचारवंत, अर्थतज्ज्ञ, संपादक, लेखक भारतरत्न डॉ. बाबासाहेब आंबेडकर भारतीय जल व ऊर्जा धोरणाचे शिल्पकारही आहेत. जलतज्ज्ञ म्हणून त्यांच्या ऑफबीट कार्याचे दर्शन हीच आज त्यांना आदरांजली!

समतेचे सत्य, प्रज्ञेचे पाईक आणि करुणेचा कलश म्हणजे बाबासाहेब! शिका ... शिकून कणा ताठ करा, आपल्या हक्कांसाठी आणि अन्यायाच्या विरोधा साठी संघटित व्हा, माणसाला माणुसकी मिळवून देण्यासाठी संघर्ष करा ... असा सोनेरी संदेश देणारे बाबासाहेब! बिनचेहऱ्याचे आयुष्य जगत असलेल्या वंचितांना अस्मितेचा चेहरा देणारे बाबासाहेब! माणसाच्या मुक्तीसाठी मन, मस्तक आणि मनगटाचा मिलाफ घडवणारे बाबासाहेब! महाडच्या मुक्तिसंग्रामात ओंजळभर पाण्यातून मानवमुक्तीचा मंत्रमहोत्सव जगजाहीर करणारे महामानव म्हणजे भारतरत्न डॉ. बाबासाहेब आंबेडकर होय!

डॉ. बाबासाहेब आंबेडकरांनी मुंबई कौन्सिलचे सदस्य म्हणून २४ फेब्रुवारी १९२७ रोजी विधिमंडळात पहिले भाषण केले ... ते भाषण शेतकऱ्यांच्या समस्यांवर होते. कोकण प्रांत शेतकरी संघाचे ते मार्गदर्शक होते. १९३३ ते १९३९ असा दीर्घकाळ चाललेल्या शेतकरी संपाचे मार्गदर्शक होते. १९४२ ते १९४६ या काळात ते व्हॉइसरॉयच्या मंत्रिमंडळात श्रम, जलसिंचन व ऊर्जा मंत्री होते. भारतीयांचा पाण्याकडे पाहण्याचा पारंपरिक दृष्टिकोन त्यांनी बदलून टाकला. नद्यांना येणारे पूर हे संकट मानले जात असे पण डॉ. आंबेडकरांनी त्याच पाण्याला योग्य दिशा देऊन जल ही संपत्ती आहे आणि त्या संपत्तीचा योग्य वापर झाला पाहिजे ही भूमिका आग्रहाने मांडली. त्यामुळेच पाण्याचे जतन आणि संवर्धनासाठी भारतीय जलधोरणाची नव्याने आखणी करण्यात आली.

दामोदर खोरे प्रकल्प परिषद, कोलकता येथे अध्यक्ष म्हणून डॉ. आंबेडकर म्हणाले – "जर पाणी ही जनतेची संपत्ती आहे आणि तिचे वितरण असमान आहे तर मग त्यासाठी निसर्गाला दोष देण्यापेक्षा पाण्याचे जतन करणे हाच योग्य मार्ग आहे ना?" दामोदर खोरे हा

बहुउद्देशीय प्रकल्प असला पाहिजे, त्यातून पूरनियंत्रणासोबतच सिंचन, विद्युत निर्मिती व इतर उद्दिष्टही साध्य झाली पाहिजेत. जल विकासाचा प्रश्न हा स्थानिक पातळीवरचा नसून संपूर्ण देशाच्या विकासाचा प्रश्न आहे अशी भूमिका त्यांनी मांडली. अमेरिकेतील टेनेसी खोरे विकास योजनेचे अभियंता व्हुरडुईन यांच्यावर दामोदर खोरे प्रकल्पाची जबाबदारी सोपवण्यात आली आणि डॉ. आंबेडकर यांच्या सक्षम क्रांतदर्शी नेतृत्वामुळे केवळ चार वर्षात या प्रकल्पाला गती मिळाली. त्यानंतर सोन नदी प्रकल्प, हिराकुड प्रकल्प, तुंगभद्रा धरण प्रकल्प आखण्यात आले. १२ एप्रिल १९४८ रोजी हिराकुड प्रकल्प काँक्रीट पायाभरणी समारंभात पंडित जवाहरलाल नेहरू यांच्या उपस्थितीत केंद्रीय जल आयोगाचे पहिले अध्यक्ष डॉ. ए. एन. खोसला यांनी डॉ. आंबेडकर यांच्या जलनीती कर्तृत्वाचा कृतज्ञतापूर्वक उल्लेख केला आहे. यासंदर्भात प्रसिद्ध अर्थशास्त्रज्ञ डॉ. सुखदेव थोरात म्हणतात- "डॉ. खोसला यांनी जनतेच्या लक्षात आणून दिले की ज्यांना नेहरू 'भारताची आधुनिक मंदिरे' म्हणतात त्याची

पायाभरणी डॉ. आंबेडकरांनी १९४२ ते १९४६ या काळात केली आहे!"

गंगेच्या विध्वंसक शक्तीला विधायक वळण देणारे डॉ. आंबेडकर म्हणजे आधुनिक भारतातील भीम भगीरथ होय! पुराणातील भगीरथाने गंगा पृथ्वीवर आणून मृत पूर्वजांचा उद्धार केला होता पण डॉ. आंबेडकर यांच्या क्रांतदर्शी वास्तव जलधोरणामुळे या भारतातील भुकेल्या माणसांच्या पोटाला भात भाकरीचा घास मिळाला हे पाणीदार वास्तव कोणालाही नाकारता येणार नाही! मातीच्या मुलांना मोत्यांचा मान मिळवून देणारे बाबासाहेब! माणसाच्या मनातील मसणवटा मोडून मसणवाटेला माणसात आणणारे बाबासाहेब! अंधाराच्या प्रतिनिधींना प्रकाशाचे मानकरी बनवणारे बाबासाहेब! वेदनेच्या वाळवंटातून अनवाणी चालणाऱ्या पावलांसाठी बोधिवृक्षाची सावली देणारे बाबासाहेब! मातीच्या मुलांवर मातेच्या ममतेची सावली धरणारी भीमाई माऊली बनलेले बाबासाहेब! रत्नांच्या भारतातील भारतरत्न डॉ. बाबासाहेब आंबेडकर! भारताच्या रत्नांमधील भारतरत्न डॉ. बाबासाहेब आंबेडकर!

जागतिक पुस्तक दिनाच्या निमित्ताने...

२३ एप्रिल हा दिवस जगभरात 'जागतिक पुस्तक दिन' म्हणून साजरा केला जातो. प्रसिद्ध स्पॅनिश लेखक सरवान्तिस आणि विल्यम शेक्सपियर यांचा हा जन्मदिन आणि मृत्युदिन! १९९५ पासून यूनेस्कोने जागतिक पुस्तक दिन साजरा करण्यास सुरुवात केली आहे. त्यानिमित्ताने पुस्तकांच्या जगातील ही ऑफबीट भ्रमंती.

मानवी संस्कृतीच्या सुदृढ घडणीत पुस्तकांनी मोठा हातभार लावला आहे. दुःखात दिलासा दिला आहे. सुखात सोबत केली. गर्दीत गाणे गायले. एकांतात समजूतदार सखा बनले. प्रेमाचा पावसाळा असो की उपेक्षेचा उन्हाळा ... पुस्तकांनी नेहमीच विनातक्रार आपल्याला कुशीत घेतलेले असते! आयुष्याचा अर्थ उलगडून दाखवलेला असतो! आपल्या 'लिलिपुट' जगातील ताडमाड 'गलिव्हर' असतात पुस्तके!

प्रसिद्ध स्पॅनिश लेखक मिग्युएल डी. सरवान्तिस (१५४७-१६१६) यांनी लिहिलेली 'डॉन क्विक्झोट' (१६०५) ही कादंबरी म्हणजे वास्तवाच्या विस्तवाने कल्पनेतील

कोवळी कलाकुसर करपण्याची कहाणी आहे! पुस्तकातील जग आणि वास्तवातील जग ... भ्रम आणि भ्रमनिरास ... स्वप्न आणि सत्य ... आदर्शवाद आणि व्यवहारवाद यांचे चित्रण करणारे डॉन क्विक्झोट आणि सँको पांझा म्हणजे आपलीच दोन मने असतात. ही दोन पात्रे आयुष्यभर आपल्या मनात जिवंत असतात. कधी डॉन सारखी आपली कल्पनाशक्ती प्रबळ होते तर कधी आपण सँकोच्या शुद्ध व्यवहारवादी भौतिक दृष्टीने वागतो. कोणत्यातरी कल्पनेच्या नादी लागून आयुष्य वाया घालवतो किंवा निव्वळ ऐहिक सुखांना कवटाळून जगत राहतो. आपल्याला जे दिसते ते सत्य की जे भासते ते सत्य? श्रद्धा आणि अंधश्रद्धा ... स्वप्न आणि सत्य ... वेडेपणा आणि शहाणपणा ... डॉन आणि सँको असे दोघे मिळूनच आपले व्यक्तिमत्त्व साकार होते ना?

जागतिक साहित्यात विल्यम शेक्सपियर (१५६४-१६१६) म्हणजे एक मानदंड आहे. शेक्सपिअरचे लिखाण स्थलकालाच्या सीमा ओलांडून आपल्या मनाचा ठाव घेते. त्यांच्या पात्रांतून दिसते की मानव जातीवर शेक्सपिअरचे किती नितांत प्रेम आहे! चांगले-वाईट, सुष्ट-दुष्ट, राजा-

शिपाई, श्रीमंत-गरीब अशा सर्व थरातील पात्रातून उपरोध किंवा कुचेष्टा न करता करुणा आणि सहानुभूतीने खराखुरा माणूस त्यांनी मांडला आहे. शेक्सपिअरच्या लिखाणाचे महत्त्वाचे वैशिष्ट्य म्हणजे प्रेमभावनेचा केलेला उदात्त आविष्कार! ऑफिलियाचे हॅम्लेट वरील प्रेम, डेस्डिमोनाला ऑथेल्लोबद्दल वाटणारी निष्ठा, मिरांडाला फर्डिनांड बद्दल वाटणारी प्रेमभावना, किंवा ज्यूलिएटवरील रोमिओचे प्रेम यातून ती पात्रे कायमची लक्षात राहतात. त्यांचे 'मॅकबेथ' नाटक म्हणजे राक्षसी महत्त्वाकांक्षेचे वाईट परिणाम दाखविणारी महान शोकांतिका आहे, तर दुःखाच्या छटा दाखविणारी काव्याची तरलता आणि प्रेमिकांच्या काळजातील दुःख व्याकूळ दाहकता दाखविणारी अजरामर प्रेमकथा म्हणजे 'रोमिओ आणि ज्यूलिएट' होय! "जगावे की मरावे हा एकच प्रश्न आहे" असे म्हणत न्याय आणि नितीशी झुंजणारा हॅम्लेट जगभरात अजरामर झालेला आहे! त्यासोबतच जीवनाबद्दलचे तत्त्वज्ञान, मानवी स्वभावाचे सूक्ष्म निरीक्षण आणि काव्यमय भाषेमुळे शेक्सपियर स्थल-काल आणि भाषेच्या मर्यादा ओलांडून जगभर लोकप्रिय आहेत.

'शौक करावे पुस्तकांचे- व्यसन करावे वाचनाचे' हे घोषवाक्य आपल्या मनावर ठसविणारा हा जागतिक पुस्तक दिन ... खरोखर पुस्तके हा एक चमचमीत शब्द आहे. चुलीवरची तर्रीदार मिसळ कशी जिभेला उत्तेजित करते तसे 'पुस्तक' हा शब्द आपल्या बुद्धीला तरतरी आणतो. या सर्व अक्षरप्रवासामुळे आपले अनुभवविश्व समृद्ध होत जाते. जिवंत असण्याचे प्रयोजन कळते. संकटांचा सामना करण्याचे सामर्थ्य मिळते. एक माणूस म्हणून माणसाचे मोल कळते. निराशेचा नाच नष्ट होतो. आशेचे अंगण आकारास येते. जीवनाच्या वाळवंटात पाणपोयीसारखी ही पुस्तके भेटत गेली आणि जगण्याची तहान शांत होत गेली. हे सर्व फक्त आणि फक्त पुस्तकामुळे झाले. सद्दी संपली म्हणजे माणसाचीही रद्दी होते पण ग्रंथांचे तसे नसते, ती संपदा अजरामर असते! विचारांची ठिणगी जागवणाऱ्या या पुस्तकांसाठी ग्रंथपूर्वक कृतज्ञ वंदन!

हिकीकोमोरी : रेंट ए सिस्टर

हिकीकोमोरी हा मानसिक आजार जपानमध्ये मोठ्या प्रमाणावर पसरला आहे. इंटरनेट आणि सोशल मीडियाच्या आभासी जगात वर्षानुवर्षे स्वतःला कैद करुन एकांतात राहणाऱ्या रुग्णांना त्यातून बाहेर काढण्यासाठी 'रेंट ए सिस्टर' सेवा सुरु झाली. बहीण भाड्याने मिळण्याची ही ऑफबीट कहाणी...

आपल्याकडे रक्षाबंधन आणि भाऊबीज हे बहीण-भावांच्या नितळ नात्यांवर आधारित दोन सण बहिणीची माया अधोरेखित करतात. गुरु-शिष्य नात्याच्या खालोखाल मानवी जीवनातील सर्वांत मूल्यवान नाते असते भाऊ बहिणीचे! बहीण म्हणजे काय असते? मोठी बहीण म्हणजे माऊलीच्या कर्तव्याची कूस असते! छोटी बहीण म्हणजे सावलीच्या ममतेची मूस असते! पातेल्यातील सर्व भात भावाला वाढून देऊन उरलेली दोन चार संतुष्ट शीतं म्हणजे बहीण असते!

काही दिवसांपूर्वी बीबीसी न्यूज वर अमिलिया मार्टिन यांची 'रेंट ए सिस्टर' ही फिल्म पाहिली. त्यातून हिकीकोमोरी हा मानसिक आजार आणि त्यावर उपाय म्हणून रेंट ए सिस्टर उपक्रम चालविणारी न्यू स्टार संस्था यांची माहिती मिळाली.

काय आहे हिकीकोमोरी? सहा महिन्यांपेक्षा जास्त काळ एखादी व्यक्ती कुटुंब, समाज यांच्याशी सर्व संबंध तोडून टाकून स्वतःला एका खोलीत बंद करून घेतात आणि इंटरनेटच्या आभासी जगातच राहू इच्छितात त्यांना हा मानसिक आजार झाला असे समजण्यात येते. कोणत्याही सामाजिक समारंभात सहभागी न होणे, खोलीच्या बाहेर न जाणे, कोणाशीही संवाद संपर्क न ठेवणे, इंटरनेट सर्फिंग आणि आभासी जग हेच सर्वस्व मानणे ही प्रमुख लक्षणे आहेत. जपानच्या आरोग्य आणि समाज कल्याण मंत्रालयाच्या अधिकृत आकडेवारीनुसार पाच लाख चाळीस हजार इतकी या रुग्णांची संख्या आहे. याची कारणे काय? नोकरी, करियर आणि कुटुंबाच्या अवास्तव अपेक्षा, शिक्षणातील भयानक स्पर्धा, करिअरबाबत कुटुंबाशी मतभेद, एकटेपणा, स्वनिर्मित काल्पनिक जगात

रमणे, जीवनात काहीतरी विशेष बनण्याचा दबाव, आधुनिक जगाच्या अवास्तव अपेक्षा आणि पारंपरिक संस्कारी मनोवृत्तीचा संघर्ष अशी याची विविध कारणे आहेत. त्यामुळे जागतिक आनंद निर्देशांकात जपानची क्रमवारी घसरते आहे. हिकीकोमोरीच्या रूपाने आधुनिक संन्यासी घराघरात तयार होत आहेत. जपानचे समाज कल्याण मंत्री ताकुमी नेमोटो यांच्या मते ही नवी सामाजिक समस्या आहे. याची लागण आता इतर देशातही होऊ लागली आहे.

यावर उपाय काय? या विचारातून न्यू स्टार या संस्थेने लिटल सिस्टर रेंटल सर्विस सुरू केली आणि त्याचा खूप मोठ्या प्रमाणावर फायदा सुद्धा झाला. ॲमिलिया मार्टिन यांच्या फिल्म मधील अयाको ही रेंटल सिस्टर म्हणते ... आम्ही काही शिक्षिका नाही, तर त्या व्याधीग्रस्त व्यक्तीशी त्याच्या पातळीवरून संवाद साधणे आणि त्याला परत सामाजिक जीवनात आणणे हे आमचे काम आहे. त्याचा आम्हाला पगार मिळतो. त्या रुग्णाची अस्मिता आणि आत्मविश्वास जागे करणे महत्त्वाचे असते. हे काम तितकेसे सोपे नाही. कधी कधी तर पहिले दोन-तीन

आठवडे ती व्यक्ती दार सुद्धा उघडत नाही, अशा वेळी बंद दाराबाहेरुनच संवाद साधावा लागतो. आपुलकीची पत्रं लिहून दरवाजा खालून आत सरकवायची, त्यातून विश्वास वाढून संवाद सुरू होतो आणि मग आत्मविश्वास निर्माण होत जातो. संवाद सुरु होतो. मग हळुहळू बाहेर फिरायला वगैरे घेऊन जातो. कधी ती व्यक्ती हिंसकही बनते, अशा वेळी स्वतःचे रक्षण करता येणे आवश्यक ठरते. ही सेवा खूपच उपयोगी ठरली आहे. आतापर्यंत तीन हजारपेक्षा जास्त लोक यातून बाहेर आले आहेत. यात स्त्रियांपेक्षा पुरुषांचे प्रमाण अधिक आहे. हिकीकोमोरी म्हणजे एक प्रकारे पालक आणि समाजाच्या दबावाला नाकारणे आहे. त्यांचा खरा 'स्व' आणि समाजाकडून अपेक्षित 'स्व' यांच्यातील हा संघर्ष आहे. इंटरनेट, व्हिडिओ गेम मुळे सामाजिक जीवनातील निकोप वेळ कमी होत जातो. त्यामुळे प्रतिबंधासाठी सोशल मीडियाचा मर्यादित वापर आवश्यक आहे!

पेन्टरची नाटक नशा : बाप्पा धारणकर

नाशिकमध्ये साइन बोर्ड पेंटिंगची सुरुवात करणारे बाप्पा धारणकर म्हणजे अफलातून नाट्य वेडा माणूस होते. प्रसिद्ध पेंटर वाळेकर आणि गोखले हे त्यांचे शिष्य. त्यानंतर पेंटर रंगा करमासे, शेजवळकर, रतन पवार, दत्ता कदम अशी समृद्ध फळी उभी राहिली होती. आज ही नावे सुद्धा नाशिकच्या आठवणीत धूसर झाली आहेत तर बाप्पा धारणकर कोणाला आठवणार?

बाप्पा म्हणजेच त्रिंबकराव धारणकर यांचा जन्म १८९५ साली नाशिकजवळच्या पिंपळगाव बसवंत येथे झाला. १९१० साली बाप्पा चित्रकलेची परीक्षा पास झाले आणि वयाच्या सोळाव्या वर्षी नाशिक येथे साईनबोर्ड रंगविण्याचे छोटे दुकान काढले.

बाप्पांनी १९६६ साली गोमंतक पत्रातून आपल्या आठवणी लिहिल्या. तसेच १९८० साली 'पिंपळगाव ते सुंदरवाडी' नावाने आठवणींचे पुस्तक सावंतवाडीहून प्रकाशित केले. कोणतेही व्यसनापेक्षा नाटकाचे व्यसन जबरदस्त असल्याचे त्यातून दिसते. त्यांनी पेंटर कामातून

मिळणारा सर्व पैसा नाटक मंडळींना मदत करण्यात घालवला. कित्येक वेळा त्यासाठी कर्जबाजारी झाले. पत्नीचे दागिने विकले पण त्यांची नाटक नशेवरची निष्ठा कधीच कमी झाली नाही. मराठी नाट्य युगाचा झळझळीत इतिहास जसा त्यातून आपल्याला कळतो तसेच नाट्य व्यवसायाची अंधारी बाजूही उजळपणे समोर येते.

विष्णुपंत पागनीस, दिनकर कामण्णा, केशवराव भोसले हे नटश्रेष्ठ एकावेळी स्त्रीपार्टी म्हणून प्रसिद्ध होते. संदेशकार अच्युत बळवंत कोल्हटकर यांनी बट्ट्याबोळ नावाचे नाटक एका रात्रीत लिहिले होते. राम गणेश गडकरींकडे 'पाना' व्यतिरिक्त आणखी काही होते. नाथमाधवांनी डॉक्टर ही कादंबरी लिहिली नव्हती मात्र कृष्णाजी नानाजी अस्नोडकर या लेखकमित्राला जास्त लेखन मोबदला मिळावा म्हणून ती त्यांच्या नावाने प्रसिद्ध झाली, कारण नाथमाधवांना दोन रुपये पान मोबदला प्रकाशक देत असत तर नविन लेखकाला एक रुपया पान मिळायचे! मास्टर दीनानाथांचा धैर्यधर, बाळकोबा गोखले यांचा धनेश्वर, केशवराव दातेंचा वृंदावन, गणपतराव बोडस यांचा फाल्गुनराव, गोविंदराव टेंबेंचा कच, नानासाहेब

फाटक यांचा गिरीधर अशी अजरामर पात्रे आपल्यासमोर साकार होतात. गणपतराव जोशी, कर्मवीर भाऊराव पाटील, स्वातंत्र्यवीर सावरकर, सवाई गंधर्व, नाथमाधव, दादासाहेब फाळके, बालगंधर्व अशा मोठ्या लोकांच्या विलक्षण गोष्टी सुद्धा त्यातून आपल्याला कळतात. वैभवशाली मराठी नाट्यसृष्टीच्या अप्रकाशित आठवणींच्या दर्शनाने आपण आश्चर्यचकित होऊन जातो!

शनिवार, सोमवार, बुधवार अशी आठवड्यातून तीन दिवस नाटके असत ... त्यात शनिवार महत्त्वाचा असायचा. नवे नाटक बुधवारी लागले की समजावे नाटक फुकट गेले ... पडले! थिएटरचे भाडेही शनिवारी २५ रुपये व इतर वारी १२ रुपये असायचे.

पुढे नाट्यविनोद कंपनी बंद झाल्यावर बाप्पा नाशिकच्या विजयानंद थिएटरच्या शंकर बाळशेठ चुंबळेनानांकडे आले. भद्रकाली रोडवरील दोन खोल्या पाच रुपये दरमहा भाडे तत्वावर घेतल्या आणि पुन्हा पेंटर म्हणून काम सुरू झाले. शेजारच्या खोलीत शाहू नगरवासी नाटक मंडळीतील गणपतराव जोशी रहायचे. गणपतराव जोशींची हॅम्लेटची भूमिका ज्यांनी पाहिली ते भाग्यवान!

नारायणराव राजहंस (बालगंधर्व) आदराने गणपतरावांच्या पायाशी बसत असत. गंधर्व नाटक मंडळी फुटण्याचा प्रसंग नाशिकच्या विजयानंद थिएटरच्या आवारात घडलेला आहे. त्या काळी स्त्रियांमधे बालगंधर्व साडीची फॅशन होती तर पुरुषांमध्ये बालगंधर्व टोपी अत्यंत लोकप्रिय होती!

नाशिकमध्ये त्याकाळीं विजयानंद आणि महानंद अशी दोन थिएटरे होती. पुढे बाप्पांना नाशिक जिल्ह्यातील मोटारी, टांगे व बैलगाड्या यांना लागणाऱ्या नंबर प्लेट रंगवण्याचे काम मिळाले. घोड्यांच्या खुरावर व बैलगाडीच्या बैलांच्या शिंगांवर नंबर रंगवत असत. फक्त नाटक पाहणे व नाटक मंडळीच्या मदतीसाठी पैसे खर्च करणे हेच बाप्पांचे एकमेव व्यसन होते. प्रचंड फिरस्तीनंतर बाप्पा सावंतवाडीला स्थायिक झाले. नामवंत पत्रकार झाले. सत्यप्रकाश साप्ताहिक प्रकाशन सुरू केले. साईन बोर्ड पेंटर, फोटो फ्रेम मेकर, रबर स्टॅम्प मेकर, संपादक असा व्यावसायिक प्रवास करत करत पूर्णवेळ नाटकाचे व्यसन पुरविणारे बाप्पा धारणकर म्हणजे एक अफलातून माणूस होय!

श्रीशंकर महाराजांचा चमत्कार विरोधी संदेश

महान योगी, अवलिया श्रीशंकर महाराज (१८००-१९४७) यांचे जन्मस्थान नाशिक जिल्ह्यातील अंतापुर आणि समाधिस्थान धनकवडी- पुणे येथे आहे. त्यांचे आयुष्य अद्भुत घटनांनी भरलेले आहे. त्यांनी ग्रंथरचना केली नाही. शिष्य संप्रदाय वाढवला नाही. दर्शन, दरबार सोहळे साकारले नाही ... पण त्यांनी दिलेला संदेश अतीशय अदभुत आहे.

श्रीशंकर महाराज दहा वचने नेहमी म्हणत. लेखणी माझ्या हातात, अशक्य ते मजलाच शक्य, इच्छा माझीच केवळ, टाइम इज द फॅक्टर, आमच्यापुढे कुठले सरकार, पंखे मी वायूच्या सहज गतीने जात असे, कैरी कैरी पत्ते के अंदर छुपेंगी कितने दिन-बाजारमें एक दिन जरुर आयेंगी, दीप जले पहले फिर जले परवाना- पहले जलना सीख ले फिर दुसरेकू जलाना, रंग जाने रंगारी आणि जिसका बंदर वोही नचाए अशी ही दहा वचने म्हणजे मानवी जीवनाच्या दश दिशा उजळून टाकणारी अकरावी दिशा आहे!

'जिसका बंदर वो ही नचाए' याचा अर्थ आपले मन असा घेतला तर? दुसऱ्या कोणाच्या दृष्टीने ते बंदर म्हणजे कर्म, भोग, ज्ञान असा काहीही अर्थ असू शकतो. रंग जाने रंगारी हे तर सरळ सरळ खऱ्या साधका बाबत म्हटलेले वाटते. दीप जले पहले हे साधक अवस्थेचे ढळढळीत प्रतीक वाटते. समाजसेवा, परोपकार, स्वार्थत्याग असाही कोणी त्याचा अर्थ करू शकतो! कोणी आपल्या कच्छपि लागू नये, लोकांनी आपल्यापासून लांब राहावं, आपल्या भोवती गोतावळा गोळा होऊ नये म्हणून महाराजांनी अवलिया रूप धारण केले होते. लेखणी माझ्या हातात या वचनातून शब्दांचे हंटर चालवणारे महाराज दिसतात तर टाईम इज द फॅक्टर मधून काळाची सत्ता आणि महत्त्व दाखवतात!

महाराज साधकांना नेहमी ज्ञानेश्वरी आणि दासबोध वाचायला सांगत. ग्रंथराज ज्ञानेश्वरीच्या तबकात कर्म, ज्ञान, योग, मंत्र आणि तंत्र या पंचज्योतींचा प्रकाश पसरला आहे. ज्ञानोबांनी अनुभवलेली ती विश्वात्मक पहाट सर्वांसाठी व्हावी याकरिता प्रत्येक व्यक्तीत स्वधर्म सूर्ये उगवण्याची आशा आणि समाजजीवनातील दुरितांचे तिमिर जाण्याची अपेक्षा ठेवूनच महाराज ज्ञानेश्वरीचे बहारदार

निरूपण करत असावेत! महाराजांच्या नावावर आज भरणारे वेगवेगळे दरबार आणि त्यातून भक्तांना दिली जाणारी 'योग' मार्गाची ट्रीटमेंट ही खुद्द ज्ञानेश्वरीत कुठेही नाही हे आपण डोळस भक्तीने समजून घेणे आवश्यक आहे. तर दासबोध म्हणजे प्रबोध, प्रचिती आणि प्रत्ययावर भर देणारा रोकडा ग्रंथ आहे. प्रयत्न आणि बलोपासना शिकवून अज्ञान, आळस आणि करंटेपणावर आघात करणारा आश्वासक ग्रंथ आहे. प्रयत्नाने कपाळीची रेघ पुसता येते. उगाचच दैववादाच्या मागे लागू नका. प्रयत्नाला बुद्धीची जोड हवी. उगाचच भ्रमात राहू नये. विवेकावर भर द्यावा. मानव तितुका समान असे माणुसकीचे स्तोत्र सांगणारा रोकडा ग्रंथ म्हणजे दासबोध आहे!

श्रीशंकर महाराजांचे जीवन चमत्कारांनी भरलेले आहे पण महाराज संदेश काय देतात? माझ्या बाह्य कृतीला भुलू नका, ऋद्धी-सिद्धीच्या मागे लागू नका! त्यांच्या या संदेशाचा आम्ही कधी गंभीरपणे विचार केला का? आम्ही सर्वसामान्य माणसे त्याकडे कानाडोळा करतो ... कारण आमचे लालची मन! महाराज उच्चरवाने सांगतात की जीवनात प्रत्येक गोष्टीचे मोल चुकवावे लागते. वस्तू

जितकी श्रेष्ठ तितके जास्त मूल्य !! आम्ही हे गणित उलटे करतो. श्रेष्ठतम वस्तू आणि न्यूनतम मूल्य ! कारण आम्ही आयुष्यभर चमत्काराच्या प्रतीक्षेत असतो. कोणीतरी मला भेटावे जो माझ्याहून श्रेष्ठ आहे. चमत्काराच्या घटनांमागे 'मागणी आणि पुरवठा' हा अर्थशास्त्राचा सिद्धांत काम करत असतो. यांत्रिक, रुटीन जीवनामुळे कंटाळलेले मानवी मन काहीतरी अद्भुत घडावे अशी अपेक्षा करत असते. चमत्कार कुठे घडतो? जिथे कार्यकारणाच्या पलीकडील काही घटना घडते! कार्य आणि कारण यातील संबंध जेथे उमजत नाही तेथे चमत्कार घडतो! चमत्कारा मागे रहस्य एवढेच असते की त्यामागचा कार्यकारण भाव आपल्याला उलगडलेला नसतो!

पाणी अडवा पाणी जिरवा : बारांको बाबा

नाशिकमध्ये त्र्यंबक नाका सिग्नलवर होली क्रॉस चर्चच्या प्रवेशद्वाराजवळ एक समाधी आहे. “मी सेवा करून घ्यावयास नाही तर सेवा करावयास आलो आहे” अशी अक्षरे कोरलेले हे स्मृतिस्थळ फादर ज्योकिम बारांको उर्फ बारांको बाबांचे आहे. त्यांचा जन्म १६ ऑगस्ट १९२८ आणि मृत्यू ३ मे १९६८ रोजी झाला. नाशिकच्या भूमीत आरोग्य, शिक्षण आणि पाणी अशा तीन क्षेत्रात मोठे कार्य केलेल्या बारांको बाबांची ही कहाणी...

बारांको बाबा मूळचे स्पेन या देशातील होते. १९५९ मध्ये ख्रिश्चन धर्मगुरू बनले. १९६२ या वर्षी ते नाशिकला आले. होली क्रॉस चर्चला त्यावेळी कॅथलिक आश्रम म्हणत. बारांको बाबा म्हणजे झपाटलेले मिशनरी होते. धर्मांतराला प्राधान्य न देता, धर्म म्हणजे गरिबांच्या पोटाला अन्न, डोक्याला शिक्षण आणि हृदयाला संविधानाची मूल्ये शिकवणे अशी त्यांची व्याख्या होती! स्पेन या देशात बालपणापासूनच त्यांना पर्यावरण रक्षणाचे बाळकडू मिळालेले होते. विश्वाचे पर्यावरण राखणे हीच प्रभु सेवा

मानणारे बारांको बाबा नाशिक मध्ये आले त्या वेळी दुष्काळी परिस्थिती होती. आताच्या अनंत कान्हेरे मैदान (गोल्फ क्लब) वर मोकळ्या जागी पेठ, सुरगाणा भागातील स्थलांतरित आदिवासी त्यांनी पाहिले. मातीच्या रंगाची ती रापलेली माणसे, खारकेसारखे वाळलेले देह आणि सुरकुत्यांनी मढवलेले चेहरे पाहून बारांको बाबा करूणेने त्यांच्याजवळ गेले ... त्यांच्यात मिसळले. अज्ञानाच्या सावल्या आणि अंधश्रद्धेच्या काळोखातील मातीला मृत्यूचा रंग आलेला पाहून बारांको बाबा गहिवरले. कारखाने किंवा उद्योग धंदा 'रोजी' देईल पण 'रोटी' फक्त शेतजमीनच देऊ शकते हे ओळखून बारांको बाबांनी त्या आदिवासी लेकरांसाठी स्थलांतर रोखून त्यांना त्यांच्या गावातच रोजगार उपलब्ध करून देण्याचा संकल्प सोडला.

सर्वप्रथम पाण्याची सुविधा करणे आवश्यक होते. पाण्याची निळाई आणि आकाशाची अथांगता घेऊन आलेल्या निळ्या डोळ्यांच्या बारांको बाबांनी स्पेनमधील धनिकांच्या मदतीने शेतीची, बोअरिंगची आधुनिक अवजारे मागवली. त्र्यंबक नाक्यावर कॅथलिक आश्रमात पहिला बोअर मारला त्यावेळी जमिनीतील पाणी वर काढण्यासाठी

धडपडणाऱ्या या गोऱ्या भगीरथाला पाहायला प्रचंड गर्दी झाली होती. धर्माला कृतीची जोड नसेल तर तो धर्म अपूर्ण आहे! गरीबांची भूक भागवू शकेल तोच खरा धर्म होय असे मानणारे बारांको बाबा पाणी व्यवस्थापनाच्या मागे लागले. अंबाठा, पेठ, सुरगाणा, मोखाडा, कळवण भागात त्यांनी खेडोपाडी 'पाणी अडवा पाणी जिरवा' मोहीम राबवली. गावोगावी लहान लहान बंधारे बांधून पाणी अडवले. पोटापाण्या इतके अन्न शेतीत मिळू लागले. मग शिक्षणासाठी प्रयत्न सुरु झाले. तिलोली, आंबाठा येथे निवासी शाळा सुरू केली. पेठरोडवर डेअरी सुरु झाली. अल्पभूधारक शेतकऱ्यांना बिनव्याजी कर्ज वाटप सुरू झाले. महाराष्ट्र प्रबोधन सेवा मंडळाची स्थापना झाली. आज फादर वेन्सी डिमेलो ते सर्व काम समर्थपणे पाहतात. त्या वेळी परस्पर संवाद नसल्याने नाशिक मधील सनातनी लोक मिशनरींकडे वेगळ्या दृष्टीने बघायचे. त्यांच्याशी बारांको बाबांनी जवळीक साधली. समाजाशी सेवेच्या कृतीने संवाद सुरू झाला. शासकीय योजना शेतकऱ्यांपर्यंत पोहोचविण्यासाठी मदत सुरू झाली. हळूहळू कामात यश मिळू लागले.

शेतीसाठी पाण्याची व्यवस्था झाली. गुराढोरांसाठी चाऱ्याची व्यवस्था झाली. भुकेल्या पोटांसाठी अन्नाची व्यवस्था झाली. निरक्षर डोक्यांसाठी शाळेची व्यवस्था झाली. रिकाम्या हातांना काम मिळाले. त्यामुळेच या संपूर्ण परिसरात शेतकरी आत्महत्येला कधीच प्रवेश करता आला नाही!

फादर फ्रान्सिस वाघमारे याबाबत म्हणाले की, डोंगरातील संपत्ती, धबधब्यातील शक्ती आणि जमिनीतील धनदौलत मिळवून दिल्याने कोरडवाहू जमिनीवरचा थर ओला झाला! प्रभू ज्यातून संचारेल ते जीवन ... प्रभू ज्यातून बोलेल ती वाणी ... असे म्हणणारे बारांको बाबा १९६८ साली ३ मे रोजी खंडाळ्याहून मीटिंग आटोपून बुलेट वर येत असताना कसारा घाटात त्यांच्या बुलेटचा अपघात झाला आणि निळ्या डोळ्यांचे बारांको बाबा प्रभूच्या निळाईत सामावून गेले!

'ग्रॅण्ड' ग्रंथसेवक : विजय भोजानी

सद्दी संपली म्हणजे माणसालाही रद्दीचे स्वरूप प्राप्त होते, पण ग्रंथांचे तसे नसते ... ती संपदा अजरामर असते! अशा या अक्षर ग्रंथसंपत्तीचा नाशिक नगरीला मोठ्या प्रमाणावर लाभ मिळवून देणारे 'ग्रॅण्ड बुक बझार'चे विजय भोजानी म्हणजे एक अप्रसिद्ध ग्रंथसेवक आहेत!

सार्वजनिक वाचनालयाच्या मागच्या बाजूला असलेले ग्रॅण्ड बुक बझार हे पुस्तक विक्रीचे प्रशस्त दालन म्हणजे नाशिक मधील पुस्तक प्रेमींची पंढरीच होय! विजयभाई यांचे वडील कांतीलाल त्रिकमजी भोजानी यांनी या प्रचंड ग्रंथ व्यवहाराचा पाया घातला. कांती शेठ १९४८ साली वयाच्या तेराव्या वर्षी मुंबईत पुस्तकांच्या दुकानात कामाला लागले. पुस्तक खरेदी विक्रीचा अनुभव घेता घेता, रद्दीतून पुस्तके खरेदी करून स्वतंत्रपणे रस्त्यावर जुन्या पुस्तकांची विक्री त्यांनी सुरू केली. एक आणा किमतीची पुस्तके विकत असताना हळूहळू ग्राहकांची पुस्तकांबद्दलची आवड आणि एकूणच ग्रंथव्यवहार त्यांच्या लक्षात येऊ लागला. १९८६ साली 'विजय बुक कार्पोरेशन'

या नावाने स्वतंत्र पुस्तक विक्री व्यवसायाला सुरुवात केली. त्या वेळी विजूभाई रहेजा कॉलेजला बी. ए.चे शिक्षण घेत होते.

त्यांच्या कॉलेजच्या मित्रांनी १९८९ मध्ये नाशिकला पुस्तक प्रदर्शन भरवले. त्यावेळी वडिलांच्या व्यवसायात मदत म्हणून विजूभाईनी त्यात सहभाग घेतला. नाशिक मध्ये सारडा संकुल येथे पहिले पुस्तक प्रदर्शन भरवले. त्यावेळी त्यांच्याकडे फक्त इंग्रजी पुस्तके होती, पण नाशिककर नागरिकांनी त्या पुस्तक प्रदर्शनास भरघोस प्रतिसाद दिला. पंधरा दिवसांसाठी लावलेले प्रदर्शन लोकांच्या आग्रहास्तव दीड महिना मुदत वाढ करावी लागली. त्यानंतर मग पुणे, कोल्हापूर, सोलापूर, औरंगाबाद, नगर, जळगाव, धुळे, नागपूर, बेळगाव, गोवा, हुबळी अशा विविध ठिकाणी पुस्तक प्रदर्शने आयोजित केली पण या सर्व प्रवासात त्यांना नाशिकचे हवामान आणि नाशिककर वाचकांचा उत्साहवर्धक प्रतिसाद यांनी भुरळ घातली. मुंबईकर भोजानी कुटुंब नाशिकला स्थायिक झाले.

१९९१ मधे सार्वजनिक वाचनालयाच्या दस्तूर हॉलमध्ये स्वतंत्रपणे पहिले पुस्तक प्रदर्शन लावले. ते आज

पर्यंत म्हणजे सतत २८ वर्षे वाचनालयाच्या साहित्य सावलीत ग्रॅण्ड बुक बाझारचे ग्रंथ विक्री कार्य सुरू आहे. या सर्व कार्यात राजेश भोजानी, जनार्दन भुवड, राम काळे, योगेश कोकाटे आणि सुनील साळवे यांचे मोलाचे सहकार्य आजही मिळत आहे. ग्रॅण्ड बुक बझार मध्ये आज विविध विषयांवरची हजारो पुस्तके उपलब्ध आहेत. पुस्तक प्रेमींसाठी एवढा मोठा खजिना सदासर्वकाळ उपलब्ध असतो. दिवसभर विविध वाचक आपल्या आवडीची पुस्तके चाळून पाहून आपली ज्ञानाची तहान भागवत आहेत. आपल्या पसंतीची पुस्तके निवांतपणे हाताळण्यास मिळण्यात किती मोठा आनंद असतो हे पुस्तक प्रेमींना नव्याने सांगायला नको.

या सर्व ग्रंथ विक्रीच्या व्यवसायात विजू शेठ यांनी आज पर्यंत विविध क्षेत्रातील संशोधक, अभ्यासक, पुस्तकप्रेमी माणसे जोडली आहे. वाढदिवशी किंवा सत्कारसमारंभात पुष्पगुच्छाऐवजी पुस्तके भेट देण्याची प्रथा रुढ होत आहे. आवड, वयोगट आणि आर्थिक बजेटनुसार पाहिजे ते पुस्तक याठिकाणी उपलब्ध करुन

दिले जाते. कुठलीही जाहिरात किंवा गाजावाजा न करता मोठ्या प्रमाणावर चाललेली ही समाजसेवाच आहे!

१३ मे २०१० रोजी कांतीशेठ यांचे दुःखद निधन झाले आणि त्यानंतर विजूभाईंनी जबाबदारीने हा व्यवसाय सांभाळला आहे. प्रत्येक पुस्तकाचा विषय, लेखक, प्रकाशक यांची सविस्तर माहिती त्यांना आहे. त्यासोबतच एवढ्या प्रचंड पुस्तक पसाऱ्यात हवे असलेले पुस्तक नेमके कोठे ठेवलेले आहे ,हे क्षणात सांगणारे विजूभाई म्हणजे इंग्रजी मराठी पुस्तकांचा चालता-बोलता ज्ञानकोशच आहेत!

सार्वजनिक वाचनालय, कुसुमाग्रज प्रतिष्ठान सोबतच जिल्ह्यातील विविध शाळा, कॉलेजेस यांचे ऋण व्यक्त करताना विजूभाई म्हणाले, "नुसत्याच कथा-कादंबऱ्यांपेक्षा नाशिककर नॉन फिक्शन आणि वैचारिक पुस्तके जास्त वाचतात" हा अभिप्राय म्हणजे नाशिककरांचा बुद्धिगुणांक उच्च असल्याचे निदर्शक आहे!

दुर्मिळ हस्तलिखितांचा खजिना : जयंतराव गायधनी

घर क्रमांक ३७, मेनरोड, नाशिक हा जयंतराव गायधनी यांचा पत्ता आहे. जुन्या हस्तलिखित पोथ्या ज्यांचा श्वास आहे असे नादिष्ट संग्राहक म्हणजे नाशिकचे जयंतराव गायधनी होय!

जयंतरावांनी जुन्या दुर्मीळ हस्तलिखितांचे जतन केले आहे. हात कागद, भोजपत्र, ताडपत्रावरील अशा साडेतीन हजार पोथ्यांचा संग्रह आहे. प्रत्येक पोथी वैशिष्ट्यपूर्ण आहे. सर्वात जुने हस्तलिखित इसवीसन ६४१ मधील रामायणाचे आहे. सुवर्ण अक्षराने म्हणजे सोन्याच्या शाईने लिहिलेली भगवद्गीता, सूर्य स्तोत्र आणि इंद्राक्षी स्तोत्र आहे. काश्मीरमधील शारदा लिपीतील गीता आहे. कान्होजी आंग्रेंचा शिक्का आणि मोर्तब असलेले पत्र आहे. मोडी लिपीतील रामदास स्वामींचे चरित्र आहे. पानिपतच्या युद्धाची दैनंदिनी आहे.

याबद्दल बोलताना जयंतराव म्हणाले “मी काही ज्ञानी नाही, माझा अभ्यास नाही, मी संग्राहक आहे. पुढील पिढीसाठी आणि अभ्यासकांसाठी सुविधा म्हणून मी हा

संग्रह केला आहे. साधारणपणे ३५ वर्षांपूर्वी याची सुरुवात झाली. आमच्या घरात जुना पोथी संग्रह होता. वडिलांच्या अपरोक्ष सहज कुतुहल म्हणून मी तो चाळला. संस्कृतचा तितकासा अभ्यास नव्हता पण विविध विषय कळाले. आवड निर्माण झाली आणि त्याचेच या संग्रहात रूपांतर झाले.

जुनी पोथी माझ्याकडे आली की तिचे जतन संवर्धन करण्यासाठीचे सात टप्पे आहेत. धूळ झटकणे, निरीक्षण अवलोकन, ब्रशने साफ करून कालमान निश्चिती करणे, मापे घेणे, त्या मापाचा पुठ्ठा कापणे, कापड शिवणे, क्रमांक देणे अशा प्रकारे प्रत्येक पोथी सात वेळा हाताळली जाते. या कामासाठीच 'हस्तलेख्यं मॅन्युस्क्रीप्ट' अशी संस्था काढली आहे. माझा मुलगा चैतन्य ते काम पाहतो. त्याला शारदा, नेवारी, मोडी, देवनागरी, ब्राह्मी, तेलुगु अशा सहा लिप्या येतात.

या संग्रहातील बहुतेक ग्रंथ संस्कृतात आहेत. यातील विषय म्हणाल तर वेद, धर्म, स्तोत्र, तत्वज्ञान, यज्ञ, व्याकरण, उपनिषद, रसायन, विज्ञान, दर्शनशास्त्र, ज्योतिष, विमानशास्त्र, कामशास्त्र, योग, काव्य, वैद्यक,

तंत्रशास्त्र, जलशास्त्र असे विविध विषय आहेत. आता ही पोथी पहा, भुर्जपत्रावर अक्षरे कोरलेली आहेत, ही करंगळी एवढी छोटीशी पोथी... तिच्यावरील अक्षरे दिसत नाहीत ना? आता हे पोथीचे पान पाण्यात टाकतो ... पहा अक्षरे दिसायला लागली! ही वृत्तरत्ना कराची पोथी ... डोळ्यांनी दिसणार नाहीत अशी सूक्ष्म अक्षरे आहेत... भिंगातूनच वाचावे लागते. ही जोडपोथी... म्हणजे सलग जोड पानांवर लिहिलेली पोथी पहा... ही सोन्याच्या शाईने लिहिलेली भगवद्गीता पहा... यात मध्ये मध्ये काही पानांवर एखादे अक्षर ठळक वेगळे दिलेले... ती अक्षरे जोडून वाचली की सिद्ध मंत्र तयार होतो! ही जलोत्सर्ग पोथी.. समुद्राचे पाणी, नदीचे पाणी, ओढ्याचे पाणी, विहीरीचे पाणी, तलावाचे पाणी असे पाण्याचे वेगळेपण दिले आहे. शस्त्रनिर्मिती शास्त्रात ढाल तलवारी तयार करण्याबाबत ज्ञान आहे. ही यजुर्वेदातील तत्कालीन ७८ उद्योगांची यादी आहे... आमच्या घराण्यातील मागील बाराव्या पिढीपर्यंतच्या आमच्या पूर्वजांची हस्ताक्षरे आहेत... या पोथ्यांचे धूळ, उंदीर, झुरळे, वाळवीपासून संरक्षणासाठी या संग्रहात आम्ही मोराचे पीस

आणि सापाची कात ठेवतो. दसऱ्याला सरस्वती पूजनाच्या वेळी झाडून झटकून ऊन दाखवून निगा ठेवली जाते.

पूर्वी नाशिक आणि कोकणात जुने ग्रंथ नकलून हस्तलिखित करून देणारे लोक होते. त्यांना आर्थिक उत्पन्नही त्यातून मिळत असे पण निव्वळ उत्पन्नापेक्षाही अध्यात्म मार्गातील साधना म्हणून बरेच जण हस्तलिखित पोथ्या लिहायचे. आजही नाना नेऊरगावकर, शरद जाधव अशी माणसे हे काम साधना म्हणून करत आहेत. आपण ती पोथी उघडली की त्यातील देवता आपल्याशी संवाद साधतात ही माझी प्रचिती आहे. माझ्याकडे भैयाजी जोशी, अनंतशास्त्री फडके यांचा पोथी संग्रह आला. तसेच जुन्या रद्दीच्या दुकानांमधून बऱ्याच पोथ्या, ग्रंथ मिळाले. या संग्रहाची रुपयात 'किंमत' होऊ शकत नाही... ज्ञाननिष्ठा आणि संशोधन हेच त्याचे 'मूल्य' आहे!

पर्यावरणपूरक पेन्सिल

उद्यापासून शाळा सुरू होणार म्हणून शालेय खरेदीसाठी मखमलाबाद नाक्यावरील 'जयश्री जनरल' या दुकानात गेलो. मालक चारुदत्त कोठावदे यांनी मोठ्या उत्साहाने पर्यावरणपूरक पेन्सिल दाखवली. आजच्या काळाशी सुसंगत अशा पर्यावरणपूरक पेन्सिलची ही कहाणी.

लेखनासाठी बाजारात विविध कंपन्यांचे पेन जरी उपलब्ध असले तरी पेन्सिलचे आजही महत्त्व आहे. बालपणी पाटीवरची पेन्सिल गिरवून झाल्यावर वहीत लिहिण्यासाठी आपण शिसपेन्सिलच वापरली आहे. या शिसपेन्सिलचा शोध इ. स. १७९५ मध्ये निकोलस जॅक कोन्टे या शास्त्रज्ञाने लावला आहे. ते नेपोलियन बोनापार्टच्या सैन्यात होते. गमतीची गोष्ट म्हणजे शिसपेन्सिल असे आपण म्हणतो त्या पेन्सिल मध्ये शिसे नसतेच. त्यात ग्राफाईट असते. ग्राफाईट हा शब्द मूळ ग्राफिन या लॅटिन शब्दापासून आला आहे. ग्राफीन म्हणजे लेखन असा अर्थ होतो. एवढीशी दिसणारी एक पेन्सिल ४० किलोमीटरची

रेषा ओढू शकते. एका पेन्सिलने ४५ हजार शब्दांचे लेखन करता येते. पेन्सिलचे दोन आकार असतात. गोल आणि षटकोनी. षटकोनी पेन्सिल सुतारकामात जास्त वापरली जाते. पण बोटे दुखू नयेत यासाठी गोल पेन्सिल वापरणे सोयीचे असते. पेन्सिलच्या विविध कंपन्यांची उत्पादने बाजारात उपलब्ध आहे पण ऑक्सफर्ड प्रेसची पर्यावरणपूरक पेन्सिल वैशिष्ट्यपूर्ण आहे.

ऑक्सफर्ड प्रेस हे नाव प्रकाशन क्षेत्रात जगप्रसिद्ध आहे. त्यांनी आता स्टेशनरी क्षेत्रातही उत्पादन सुरू केले आहे. ऑक्सफर्ड प्रेसची प्लांट प्लॅन ट्री पेन्सिल म्हणजे आजच्या पर्यावरण रक्षणाची काळजी घेणारी आहे. एक तर ही पेन्सील कागदाच्या लगद्यापासून बनवलेली आहे त्यामुळे ती संपूर्णपणे मातीत मिसळून जाऊ शकते आणि दुसरे म्हणजे त्यासाठी झाडांची कत्तल केलेली नाही. इतर पेन्सिलींच्या मागच्या बाजूला खोडरबर असते त्या ऐवजी या पेन्सिलमध्ये मागच्या टोकाला हिरव्या रंगात सहा प्रकारच्या झाडांच्या बिया टाकलेल्या आहेत. टोमॅटो, मिरची, कोथिंबीर, मोहरी, मेथी आणि पालक अशा सहा प्रकारच्या बिया असलेली ही पेन्सिल वापरून संपत

आल्यावर तुम्ही कोठेही मातीत फेकून दिली तरी तिच्यातून झाड उगवणार आहे. स्वतः नीट काळजीने पेन्सिलचा तुकडा घर अंगणात, कुंडीत मातीत रुजवला तर घरच्या घरीसुद्धा झाडांचे हिरवे हात तुमचे आनंदाने स्वागत करतील!

आज बदलत चाललेले वातावरण, वाढते तापमान आणि बेभरवशाचा पाऊस यापासून पृथ्वीचे संरक्षण करायचे असेल तर मोठ्या प्रमाणावर वृक्षारोपण हाच एक हमखास उपाय आहे. वृक्षारोपणासाठी जगभर सर्वच लोक जागरूकपणे कृती करत आहेत. वनराईचे जतन केले जात आहे. पर्यावरण रक्षणाचे हे भान ठेवून पेन्सिल मध्ये झाडांच्या बिया टाकण्याची ऑक्सफर्ड प्रेस स्टेशनरीची ही अभिनव कल्पना आहे. बालपणापासूनच वृक्षारोपणाचा आणि पर्यावरण प्रेमाचा संस्कार मनावर ठसवण्याचा हा अतिशय प्रशंसनीय असा प्रयत्न आहे!

पेन्सिलचे आजही चित्रकला, स्थापत्यशास्त्र यात आरेखनासाठी महत्त्व टिकून आहे. अनेक मोठमोठ्या साहित्यिकांनाही पेन्सिलचे वेड होते. हेनरी डेव्हिड थोरो यांनी त्यांचे 'वाल्डन' हे पुस्तक संपूर्णपणे पेन्सिलने

लिहिले होते. जॉन स्टाईनबेक या अमेरिकन लेखकाने 'इस्ट ऑफ एडन' ही कादंबरी लिहिण्यासाठी ३०० पेन्सिली वापरल्या होत्या. लिओनार्ड रीड यांनी लिहिलेली 'आय, पेन्सिल' ही पेन्सिलची आत्मकथा प्रसिद्ध आहे. अल्केमिस्ट या जगप्रसिद्ध पुस्तकाचे लेखक पाऊलो कोएलो यांनी त्यांच्या ब्लॉगवर पेन्सिलची निती कथा लिहिली आहे. त्यात ते म्हणतात... "प्रत्येक वेळी टोक करताना तुला वेदना होणार पण एक आदर्श पेन्सिल होण्यासाठी तुला ते सहन करावे लागेल. तू चुकलीस तर ती चूक सुधारण्याची क्षमता तुझ्यात असेल. तू तुझ्या कर्तृत्वाने कोऱ्या कागदा वर तुझा ठसा उमटवण्यास समर्थ आहेस. तुला हाती धरलेल्या हातांची साथ कधी सोडू नकोस आणि जगात सर्वात जास्त महत्वाचे हे आहे की, तुझ्या आत जी क्षमता आहे, तुझे अंतर्गत सुप्त सामर्थ्य जे आहे त्याचा कधीही विसर पडू देऊ नकोस!"

माणसाच्या शोधातील महाकाव्य : गिलगमेश

संतश्रेष्ठ निवृत्तीनाथ पालखी प्रस्थान सोहळ्यात 'ऑफ बीट' विषय शोधण्यासाठी गेलो होतो. टाळ-मृदुंगाच्या तालात दंग झालेल्या भाविक वारकऱ्यांमध्ये भेटले निफाडचे मधू महाराज. ज्ञानोबा-तुकारामांच्या भक्तीधारेत चिंब भिजलेल्या मधू महाराजांनी जाताना त्यांच्या पिशवीतून एक ऑफबीट पुस्तक काढून दिले. साहित्य अकादमी प्रकाशित (२०१७) 'गिलगमेश' डेव्हीड फेरी यांचा मराठी अनुवाद शरद नावरे. जीवनाचा अर्थ शोधणाऱ्या गिलगमेशची ही कहाणी.

सुमेरियन अक्कादियन संस्कृतीत इ.स.पू. अडीच हजार वर्षांपूर्वी आकारास आलेले हे मानवी अस्तित्वाचा शोध घेणारे महाकाव्य! गिलगमेश महाकाव्याची जन्मभूमी आहे मेसोपोटेमिया. क्युनिफॉर्म लिपीत आणि अक्कडियन भाषेत लिहिलेल्या मातीच्या विटांवर कोरलेले हे महाकाव्य टायग्रिस आणि युफ्राटिस नद्यांच्या प्रदेशातील उरुक या शहरातील गिलगमेशची मानवी महागाथा आहे!

सत्ता, संघर्ष, युद्ध, मैत्री, प्रेम अशी वळणे घेत सातव्या भागात गिलगमेश चा मित्र, बंधू, सखा एन्किडूचा मृत्यू होतो आणि गिलगमेशचा शोक आपल्या मनाला भेदून जातो. मित्राच्या मृत्यूनंतर गिलगमेश संपूर्ण जीवनाचाच नव्याने विचार करतो. मनुष्य असणे म्हणजे काय? जीवन म्हणजे नेमके काय?एन्किडू प्रमाणे मी सुद्धा एक दिवस मरणार आहे का? मग यावर उपाय काय? मृत्यूने भयभीत झालेला गिलगमेश चिरंजीवीत्वाच्या शोधात निघतो. भटकला गिलगमेश रानोमाळ. मृत्यूचा शोक करत. मलाही मरावे लागणार काय? त्याने ठरवले स्वतःशीच की शोध घ्यावा उबारतुतूचा पुत्र पितामह उत नापिष्टिम याचा. एकमेव जो सांगू शकेल कसा टाळावा मृत्यू!

आणि मग सुरु होतो मानवी महानतेचा प्रवास. माशु पर्वताच्या प्रवेशद्वारातून बारा कोस लांबीच्या अंधाऱ्या भुयारात प्रवेश केला. कुणाच्याही सोबतीशिवाय श्वासासाठी झगडत पलीकडे आला. पलीकडे सकाळचा प्रकाश. सकाळची हवा. एक अद्भुत बाग आणि बागे पलीकडे पसरलेला मृत्यूचा अथांग समुद्र!

सागर तीरावर मधुशाला चालवणारी बुरखाधारी सिदुरी त्याला पाहून घाबरली. मधूशालेचे दार बंद केले. त्याने सिदुरीला हाक दिली. मी आहे गिलगमेश. ज्याने मारले खिंडीतले सिंह. जो झगडला स्वर्गातील बैलाशी. माझा सखा मेला. मी पण मरणार ? त्यावर ती म्हणाली ... कोणता मर्त्य जगतो चिरकाल? मनुष्याचे आयुष्य हे क्षणभंगुर! फक्त देवच आहे चिरंतन! म्हणून थांब इथेच. खा आणि पी तुझ्या वाट्याचे खाद्य आणि पेय. मनुष्य करतात तसे भोग सुख आणि नृत्य! तिला नाकारुन तिच्याकडून मृत्यूच्या समुद्रावरील नावाड्याची माहिती काढून पुढे निघतो.

चमकते फसवे पाणी ओलांडून नावाड्याच्या बेटावर तो जातो. रक्षक सर्प आणि प्रचंड पंखांच्या मायावी पक्ष्यांसोबत युद्ध करून जिंकतो. नावाड्याच्या समोर उभा ठाकतो... सांग मला तो मार्ग... ज्याच्याकरवी कळेल कसा टाळावा मृत्यू... सांग मला तो मार्ग! नावाडी त्याला सहकार्य करायला तयार होतो. जंगलातून साठ काठ्या तोडून आणायला लावतो. तराफा बनवतो. मृत्यूच्या पाण्यातून दूर किनाऱ्यावरील म्हाताऱ्या उत नापिष्टिम पर्यंत पोहोचतो.

सांग... सांग मला पितामहा, उलगडून दाखव देवांचे रहस्य ... आणि मग तो म्हातारा जीवनाचे रहस्य उलगडतो. महाप्रलयातून कशाप्रकारे जीवसृष्टी वाचवली ते सांगतो. सात वादळी दिवसातून जीवसृष्टी वाचवली. होउ दे आता परीक्षा गिलगमेशची ... ठेवावे त्याने जागे स्वतःला सहा रात्री आणि सात दिवस... नंतर म्हातारा म्हणाला गिलगमेशला... पाण्याखाली उगवते एक वनस्पती... तिचे नाव आहे 'कसा झाला वृद्ध तरुण पुन्हा' जा ...उतर पाण्यात आणि घे ती वनस्पती उपटून! गिलगमेश परीक्षेत पास झाला. म्हातारा प्रसन्न झाला. नगरातील सर्व लोकांसाठी गिलगमेशने नवसंजीवनी वनस्पती घेतली. परतीच्या प्रवासात तिसाव्या कोसावर रात्री विश्रांतीसाठी तो थांबला. नवसंजीवनीच्या सुवासाने आकर्षित एक सर्प ती वनस्पती घेऊन निघून गेला. गिलगमेश हताश झाला ... काय करू मी आता? माझी सफर ठरली निष्फळ आणि हाती काय आले? तर एक अशी खूण ... जी सांगते मला प्रवास संपवायला आणि माझा शोध देखील!

घरोघरी इंग्रजी : महाराष्ट्र प्रबोधन सेवा मंडळ

लोकमान्य नगर, गंगापूर रस्ता नाशिक येथे गेल्या ५० वर्षांपासून शेती, शिक्षण आणि आरोग्य क्षेत्रात काम करणारी संस्था म्हणजे महाराष्ट्र प्रबोधन सेवा मंडळ होय. ग्रामीण भागात इंग्रजी शिकवण्याचा त्यांचा 'प्रॅक्टिकल इंग्लिश युजेबल इंग्लिश' प्रयोग अत्यंत यशस्वी ठरला आहे. सोपे ते अवघड अशा क्रमाने जाणाऱ्या प्रयोगाची ही कहाणी.

गंगापूर रस्त्यावर रावसाहेब थोरात सभागृहाच्या मागे 'साधनालय' अशी पाटी दिसते. तेथून आत गेले की महाराष्ट्र प्रबोधन सेवा मंडळाचा प्रशस्त परीसर दिसतो. बैठ्या चाळी सारख्या एका खोलीत भेटले फादर गॉडफ्रे डि लिमा. घरोघरी इंग्रजी या प्रयोगाबद्दल फादर भरभरून माहिती सांगत होते.

येशू संघ, शिरपूर येथे मी १९८९ साली होतो. त्यानंतर माझी बदली नंदुरबार येथे झाली. विविध कामांच्या निमित्ताने त्या परिसरातील पावरा जमातीच्या बांधवांत मी रमून गेलो. दुर्गम भागात पिण्याच्या

पाण्याबरोबरच ज्ञानाचे दुर्भिक्ष जाणवले. मग मेघना सामंत, दीपा हरी, फिरोज, वसुधा अंबिये अशा शिक्षण तज्ञांच्या सहकार्याने मी स्थानिक विद्यार्थ्यांना पूरक अभ्यासासाठी तक्ते पुस्तिका संच तयार केले.

आपली मातृभाषा आणि राष्ट्रभाषा सोबतच इंग्रजीचे महत्त्व नाकारून चालणार नाही पण आपल्याकडे शालेय स्तरावर इंग्रजी आणि गणित हे विषय विद्यार्थ्यांच्या मनात भय निर्माण करतात. आपल्याला ऑक्सफर्ड इंग्लिशची आवश्यकता नाही. व्याकरणावरच भर दिल्याने शिकण्यातील आनंद नष्ट होऊन नावड निर्माण होते. याचा विचार करून आम्ही इंग्रजी अभ्यासक्रमाचे संच विकसित केले. त्यात ग्रामीण परिसरातील सण-उत्सव, पशुपक्षी, वस्तू यावर भर दिला. आपल्याला व्यवहारात उपयोगी पडणारी इंग्रजी भाषा शिकायची आहे. त्यासाठी ग्रामीण परिसरातील नेहमीचे शब्द प्रसंग शोधले. त्या प्रत्येक वस्तूचे चित्र आणि त्याला आठ इंग्रजी शब्द दिले हे आमच्या तक्त्यांचे वैशिष्ट्य आहे. बाजारात जे साहित्य उपलब्ध आहे त्यात फक्त एक किंवा दोन शब्द दिलेले असतात. साध्यासोप्या शब्दांकडून अवघड वाक्य रचनेकडे असा

क्रम आम्ही ठेवला. त्यात पारंपरिक एबीसीडी प्रमाणे न घेता आकारानुसार गट केले. उभ्या रेषा, आडवी रेषांवर आधारित अक्षरे, अर्धगोल असलेली अक्षरे आणि सर्वात शेवटी पूर्ण गोल आकाराची अक्षरे या क्रमाने आम्ही शिकवतो. यामुळे कोणालाही सहज इंग्रजी भाषा येते. उच्चारासाठी आमचे असे २१ तत्के आहेत. ते शब्द वाक्यात कसे वापरायचे हे शिकवणारे १९ तत्के आहेत आणि लेखना साठी दोन तत्के आहेत. प्रत्येक अक्षराला एक व्हिडीओ क्लिप बनवली आहे. ऐकणे, पाहणे आणि बोलण्याचा सराव होतो. मराठी भाषेप्रमाणेच अवयव पद्धतीने आम्ही आकारानुसार गट केले. डायरेक्ट इंग्लिश, प्रॅक्टिकल इंग्लिश, युजेबल इंग्लिश असा आमचा हा प्रयोग अत्यंत यशस्वी झाला. 'मेक इंग्लिश सिम्पल' हे आमचे धोरण आहे. त्यातून शिकतांना आनंद मिळतो. अर्थ समजून आत्मविश्वास निर्माण होतो. आपण शिकलेल्या ज्ञानाचा जीवनात व्यवहारात उपयोग झाला पाहिजे. शिकण्याचे ओझे वाटू नये. ग्रहण शक्ती वाढली पाहिजे. चकचकीत वर्ग, बाक, गणवेश, पोषण आहार या सुविधांसोबत ज्ञानप्राप्तीचा

आनंदही मिळाला पाहिजे. विचार करायला शिकवले पाहिजे.

महाराष्ट्र प्रबोधन सेवा मंडळ, नाशिक येथे मी २००९ मध्ये आलो. येथे शिक्षण विभाग माझ्याकडे आहे. वनीकरण व शेती विभाग जे. कान्टेला पाहतात. ज्योएल एन.यांच्याकडे शेतीमाल बाजारपेठ विक्री विभाग आहे. तर पी. वझे यांच्याकडे लेखा विभाग आहे. आमच्याकडे संगणक प्रशिक्षणाची मोफत सुविधा आहे. जिल्हा परिषदेचे शिक्षक ही आमची मदत घेतात. सर्वच बाबतीत शासनावर अवलंबून न राहता समाज सहभाग महत्त्वाचा आहे. सलमान खान यांच्या बिइंग ह्यूमन संस्थेने आम्हाला मोठी मदत केली. डॉक्टर डिजिटल संस्था, मोहम्मद आरसेवाला, मित्र संस्था यांनीही मदत केली आहे. जिल्हा परिषद आणि महानगरपालिका शाळांना आवश्यक ते सर्व सहकार्य करण्यास आम्ही तयार आहोत (संपर्कासाठी email : **dlimagodfrey@gmail.com**)

जळवांची अद्भुत शेती : डॉ. निलेश दळवी

जळू, जळवा, जोंक, लीचेस, जलौका या नावाने ओळखल्या जाणाऱ्या जळवा म्हणजे अद्भुत जीव आहे. तुर्कस्थान, रशिया, इराण इ. देशात लीच फार्मिंग म्हणजे जळवांचा शेती उद्योग विकसित झाला आहे. आपल्याकडे जळवांचे शास्त्रशुद्ध प्रजनन करून लीच फार्मिंग विकसित करणाऱ्या लासलगावच्या डॉक्टर निलेश दळवी यांची ही अद्भुत कहाणी!

नाशिक जिल्ह्यातील लासलगाव येथे डागा ऑईल मीलच्या मागे दळवी हॉस्पिटल आहे. डॉक्टर निलेश दळवी यांनी तेथे जळवांचे प्रजनन, उपयोग, सल्ला, मार्गदर्शन करणारी 'लीच इंडिया' नावाची कंपनी सुरू केली आहे.

धन्वंतरी देवतेच्या हातात शंख, चक्र, अमृतघट आणि जलौका म्हणजे जळू दाखवली आहे. प्राचीन काळापासून जळवांचे उपचारात्मक महत्त्व आपल्याकडे ज्ञात होते हे त्यातून दिसते. इस्लाम धर्मातही जळूला धार्मिक महत्त्व आहे. जळू हा गांडूळ वर्गीय जीव आहे. गांडूळाची आतेबहीण किंवा मामेबहीण असेही म्हणता

येईल. जळवांना १० डोळे असतात. ३ जबडे असतात. ३००
दात असतात आणि ३२ सेगमेंटेड ब्रेन असतात. जळू
उभयलिंगी असते. जल हेच तिचे जीवन असते. आयुर्वेदात
वमन, विरेचन, बस्ती, रक्तमोक्षण आणि नस्य अशी पंचकर्मे
सांगितली आहेत. त्यात रक्तमोक्षण म्हणजे शरीरातील
दूषित रक्त काढून टाकणे. त्यासाठी जळवांचा वापर केला
जातो.

सर्व जळवा रक्तशोषक नसतात. आपल्याकडे
आयुर्वेद चिकित्सा करणारे वैद्यांना जळवांची नेहमीच गरज
लागते. त्वचारोग, संधिवात, सूज, रक्ताची गुठळी होणे,
नागिण, मधुमेहाने चिघळलेल्या जखमा अशा आजारात
जळवांचा वापर होतो. नवीन संशोधनानुसार हृदयरोग
आणि रक्तवाहिनी संबंधी आजारातही त्यांचा फायदा दिसून
आला आहे. प्लास्टिक सर्जरीतही जळवांचा वापर करण्यास
अमेरिकेत २००४ साली अधिकृत मान्यता मिळाली आहे.
हॉलीवूडच्या सिनेकलाकारांत सौंदर्यवर्धनासाठी जळवांचा
वापर करण्याचा ट्रेंड वाढलेला आहे. जळवांच्या लाळेतील
हीरोडिन हा घटक अत्यंत औषधी आहे. त्यांच्या लाळेत
लोकल अनॅस्थेटिक घटकही असतो. संपूर्ण भारतात वर्षाला

पाच ते सहा लाख जळवांची गरज आहे, पण तितक्या प्रमाणात निकोप जळवांचा पुरवठा होऊ शकत नाही. कारण आपल्याकडे निसर्गाने किती बहुविध मौल्यवान जैविक संपदा बहाल केली आहे याचे ज्ञानही नाही आणि ते जतन करण्याचे भानही नाही. शेतीत बेसुमार खतांचा वापर वाढल्यामुळेही दूषित पाण्यामुळे जळवांचे प्रमाण कमी होऊ लागले आहे. रक्त संक्रमणजन्य आजार न पसरवणाऱ्या स्वच्छ जळवांची गरज लक्षात आल्यामुळे मी जळवांच्या शेतीकडे वळलो.

सुरुवातीला माझ्या एका मित्राने मला पाच जळवा उसनवार दिल्या होत्या. आज माझ्याकडे दोन हजार जळवा आहेत. विविध ठिकाणांहून याबाबत माहिती, मार्गदर्शन मिळवत, विविध प्रयोग करत, चुकत शिकत गेलो. जीवशास्त्राचा अभ्यास केला. इंटरनेटवरून तज्ज्ञांशी चर्चा केल्या. संशोधन केले. रिसर्च पेपर सादर केले. अपयशातून शिकत शिकत आज त्यांचे शास्त्रशुद्ध प्रजनन करणारी लीच इंडिया ही कंपनी सुरू केली आहे. या सर्व प्रयत्नात मला तुर्कस्तानचे मुस्तफा सिलेन आणि नेदरलँडचे फेडरिक वंडरवार्ट यांचे खूप मोठे मार्गदर्शन मिळाले.

जळवांचे आयुष्य साधारणपणे वीस वर्ष असते. जन्मानंतर नवव्या महिन्यात त्या प्रजननक्षम बनतात. त्यांचे प्रजनन अवयव गळ्याजवळ असतात. गर्भधारणा झाल्यावर गळ्याजवळ पांढुरका पट्टा दिसू लागतो. आपण अंगातून बनियन जसा काढतो तशीच जळू आपल्या अंगावरची त्वचा सतत काढत असते. त्या त्वचेचा कोश बनवून त्यात गर्भिणी जळू पिले ठेवते. एका कोशात ७ ते २२ पिल्ले असतात. ४३ दिवसांनंतर कोषातून पिल्ले बाहेर येतात. जळूचा जुगण्याचा काळ फेब्रुवारी ते एप्रिल असतो. मे महिन्यात अंडी(कोश) टाकतात. कापडाचा स्पर्श जळूला अजिबात सहन होत नाही. तसेच हळद, तंबाखूचे पाणी टाकल्यास जळू लगेच गळून पडते. भारतात याबाबतचे तांत्रिक ज्ञान वाढावे, आणि या अदभूत जीवाचे जतन व संवर्धन व्हावे यासाठी मी प्रयत्न करत आहे. (संपर्कासाठी e-mail : **nilesh.dalvi1472@gmail.com**)

माणसाच्या शोधातील लेखक : अण्णाभाऊ साठे

फक्त दोन दिवस शाळेत गेलेले अण्णाभाऊ साठे म्हणजेच तुकाराम भाऊराव साठे मराठीतील एक नामवंत लेखक बनले. कथा, कादंबरी, नाटक, तमाशा, पोवाडा, प्रवास वर्णन असे विविध लेखन त्यांनी केले. १८ जुलै रोजी त्यांचा स्मृतिदिन आहे. त्यानिमित्त माणसाच्या शोधातील लेखकाला ही अक्षरांची आदरांजली!

मराठी साहित्य क्षेत्रात नवकथा कवितेचे पांढरपेशे युग बहरलेले असताना अण्णाभाऊंचे लेखन प्रसिद्ध होऊ लागले. नवेकोरे विषय, अस्पर्शित जीवनानुभव आणि अभिनव जीवनदृष्टीने त्यांनी साहित्य विश्वात आपले स्वतंत्र स्थान निर्माण केले. विपरीत सामाजिक प्रथा, भिकाऱ्यांची भटकी पाले, दऱ्याखोऱ्यातील बंडखोर नायक, पोलीस, महानगरातील झोपडपट्टी, गुन्हेगारी वस्ती व ग्रामीण परिसरातील रानदांडगी माणसे यांना अण्णाभाऊंनी मराठी साहित्यात अमर केले.

अण्णाभाऊंच्या घराण्यात सात पिढ्यात कोणी शिकून नाव केले नव्हते. आई वालूबाईच्या आग्रहामुळे

अण्णाभाऊ फक्त दोन दिवस शाळेत गेले आणि जीवनाच्या शाळेत शिकून ते मोठे लेखक बनले. ३२ कादंबऱ्या, १३ कथासंग्रह, ३ नाटक,१४ तमाशे आणि ७ चित्रपट कथांचे लेखन केले. त्यांनी वास्तव अनुभूतीला कल्पनारम्यतेपेक्षा महत्त्वाचे स्थान दिले. वशिंड तटतटलेल्या मदमस्त बैलाच्या अंगात सणसणून राहिलेली जोमदार रग ही अण्णाभाऊंच्या साहित्याची नस आहे. लेखनात त्यांनी कुठेही आपल्याला भोगाव्या लागलेल्या दुःख अनुभवांचे भांडवल केले नाही. अण्णाभाऊंचे नायक शरीराने कुरुप आहेत आणि त्यांच्या नायिका टपोऱ्या डोळ्यांच्या, सौंदर्याची मूस असलेल्या आणि आपले शील रक्षणासाठी प्रसंगी प्राणही देणाऱ्या आहेत. त्यांचे नायक जरी शरीराने कुरूप असले तरी मनाने मात्र निर्मळ निकोप आहेत. त्यांनी माणसांना विद्रूप बनवणे टाळले हे त्यांचे वेगळेपण आहे. सर्वस्पर्शी क्रांतीचे, बदलाचे रणभान जागवून अण्णाभाऊंनी मराठी साहित्याला लागलेला दारकोंड काढला. त्याला ताटी लावली आणि त्याचे महाद्वार बनवले !

अण्णाभाऊ माणसांच्या शोधात असत. त्यामागे परिस्थितीची तराटणी होती. तिच्या बुडाशी प्रेरणांची नागीण

सळसळत होती. “माणूस म्हणून मानाने जगा आणि अभिमानाने जगू द्या” अशी अण्णाभाऊंची हाळी होती. प्रबोधनात्मक लेखन हे त्यांच्या साहित्याचे सूत्र आहे. चित्रा, फकीरा, वैजयंता, माकडीचा माळ,अलगुज, केवड्याचे कणीस, वारणेचा वाघ, वैर, पाझर, अहंकार, चंदन, भुताची सोबत, स्मशानातील सोने असे कितीतरी लेखन जोरकसपणे मांडले. त्यांनी खऱ्या अर्थाने झोपडपट्टी मराठीत आणली. या झोपडपट्टी चित्रणातून त्यांनी केवळ घाण उपसली नाही, तर या सर्व वास्तवतेतून लढ्याचे नवे दर्शन घडवले हे त्यांचे वेगळेपण आहे! अण्णाभाऊंनी तमाशा या क्षेत्रात क्रांती करून मराठी साहित्याला लोकनाट्याची देणगी दिली. उत्तान शृंगार व पौराणिकता हटवून गिरणी कामगार, सर्व सामान्य माणसाची प्रतिष्ठापना केली. सोंगाड्याऐवजी धोंड्या आणला. ईशस्तवना ऐवजी कामगार वंदना सुरू केली.

अण्णाभाऊंचे वेगळेपण म्हणजे त्यांच्या दृष्टीने ही पृथ्वी शेषाच्या मस्तकावर तरली नसून श्रमिकांच्या तळहातावर तरली आहे! नशिबी आलेल्या आयुष्याच्या भोगवट्याने अण्णाभाऊंच्या साऱ्या भुका कडवट करून

टाकल्या होत्या, तरी वैयक्तिक आयुष्याचा जंजाळ त्यांनी आपल्या लेखनात कधीच दाखवला नाही. त्यांना लढा मंजूर होता पण आक्रोश नामंजूर होता! त्यांचे साहित्य देशाचे स्वातंत्र्य, स्त्रीचे शील, पुरुषाचा स्वाभिमान आणि माणसाची प्रतिष्ठा या चार मूल्यांवर आधारित आहे. सत्तू, चंदन, फकीरा, विष्णुपंत कुलकर्णी अशी कितीतरी नावे लगेच डोळ्यापुढे येतात. त्यांचे लेखन म्हणजे जनतेची कला आणि जनतेचे साहित्य यांच्या सुरेख संगमाचा पत्ता आहे! त्यांचे लेखन म्हणजे जगण्यासाठी लढणाऱ्या माणसांच्या कथा आहेत ! बरबाद्या कंजारी, भोमक्या, बिलवरी, तुक्या, कोंबडीचोर रामू, गंगाराम माहूत, गीता, मीरा, रूपा, लाडी, दुर्गा, वैजयंता, शेवंता, आबी, भानामती अशी कितीतरी झुंजार माणसे त्यांनी निर्माण केली! अण्णाभाऊंनी चिखलातील कमळाचे अग्निदिव्य उभे केले. वारणेच्या खोऱ्यात अलगुज घुमवले. माकडीच्या माळावर केवड्याचे कणीस रुजू घातले. आग, अहंकार, वैराला रूप आकार दिला! अशा या लोकशाहिराच्या चरणी मानाचा मुजरा!

सायकलवरून विश्वभ्रमण : डॉ. सर्वेश सोनी

"माझ्यामागे चालू नका मी कोणाचा गुरू नाही, माझ्यासोबत चला मी सर्वांचा मित्र आहे" असे म्हणणारे योगीराज डॉ. सर्वेश सोनी म्हणजे एक अवलिया आहे. सायकलवरून विश्वभ्रमणात २५० देश फिरले. २२६ राष्ट्राध्यक्षांच्या स्वाक्षरीसह छायाचित्रे, भारताच्या सर्व राष्ट्रपती आणि पंतप्रधानांच्या हस्ताक्षरांचा संग्रह, अनेक अद्भुत वस्तू आणि घटनांचे चालते-बोलते विश्वसंग्रहालय म्हणजे योगीराज डॉक्टर सर्वेश सोनी होय!

देवळाली कॅम्प येथे भाटिया कॉलेजच्या पुढे चंद्रप्रभा सोसायटी आहे. तेथे राहणारे मितभाषी ऋजू व्यक्तिमत्त्वाचे योगीराज म्हणजे एक अफलातून व्यक्तिमत्त्व आहे. गुजरात मधील अत्यंत श्रीमंत समृद्ध घराण्यातील सर्वेशने वयाच्या सातव्या वर्षी गुरूच्या शोधात घर सोडले. पायाला हिंडणभोवरा लावून हिमालयात धांडोळा घेतला. महावतार बाबाजी यांचे दर्शन सहवास मिळाला. धातू पाषाणाच्या मूर्ती बोलत नाहीत म्हणून त्यांना नमस्कार करणे नाकारणाऱ्या सर्वेशला चालत्याबोलत्या माणसातील

परमेश्वराचे दर्शन झाले. बालपणी शाळा प्रवेशाच्या वेळी संपूर्ण भगवद गीता मुखोद्गत म्हणून दाखवणाऱ्या सर्वेशला 'प्रकृतिं शरणम् गच्छामि' म्हणत विश्वरूप दर्शन झाले! अंतर्यात्रे सोबतच बहिर्यात्रेला वळण मिळाले. एका अमेरिकन सदगृहस्थाने अमेरिकेला नेले. १९८० ते २००५ या कालावधीत सायकलवर विश्वशांती यात्रा सुरु झाली. २५० देशातून भ्रमण केले. २२६ राष्ट्राध्यक्ष, पंतप्रधानांना भेटले. त्यांच्या सोबतचे छायाचित्र आणि त्यांच्या हस्ताक्षर स्वाक्षरीचा संग्रह सर्वांना पाहण्यासाठी खुला आहे. २२ भाषा शिकलेल्या योगीराजांच्या मुद्राशास्त्र विषयावरील पुस्तके अनेक भाषांत प्रसिद्ध झाली. जगातील विविध ३० वर्ल्ड रेकॉर्ड बुक मध्ये त्यांच्या विक्रमाची नोंद झाली आहे.

सायकल वरून विश्वभ्रमण करत असताना ओडिशातील एकच साडी असलेल्या चार बहिणींची विपन्नावस्था ऐकून आपल्या डोळ्यात पाणी येते. श्रीलंकेतील कॅंडी येथे जात असतांना एका जमातीत रात्री मुक्कामाच्या प्रसंगी तेथील परंपरेनुसार बळजबरी विवाहाचे आयोजन झाले. विवाहाला नकार देताच देवीला बळी म्हणून निवड झाल्यावर तलवारीचा सामना करताना

गुरुकृपेने सुटका झाल्याचा अद्भुत प्रसंग ऐकून आपण दंग होऊन जातो. या विश्वभ्रमणा दरम्यान गरिबी, श्रीमंती, प्रेम, राग, द्वेष असा सर्व अनुभव घेतला. २००२ साली नाशिकला आले होते. त्यावेळी वसंत व्याख्यानमालेत त्यांचे व्याख्यान झाले. कालिदास कलामंदिरात मोठा कार्यक्रम झाला. २००५ साली पुन्हा नाशिकला आले आणि देवळाली येथे स्थायिक झाले. भजन आणि भोजन हाच जनसेवेचा मार्ग म्हणून पंचवटीत रामकुंडावर पायी येऊन अन्नदान करत. स्वतःचा अहंकार नष्ट करण्यासाठी वाडगा घेऊन भिकाऱ्यांच्या रांगेतही बसले. जमलेले पैसे तेथेच वाटून टाकत. "सबको खिलाना आत्मज्ञानसे भी श्रेष्ठ है" म्हणत आजही दर रविवारी सायंकाळी पाच ते रात्री अकरा या वेळेत भोजन भंडारा चालतो.

'प्रकृतिं शरणम् गच्छामि' या ब्रीदवाक्यानुसार निसर्गाचे जतन आणि पर्यावरण संरक्षण कार्याला मदत करतात. नेदरलँडमध्ये मुख्य कार्यालय असलेल्या ग्लोबल पार्लमेंटचे ते प्रधानमंत्री आहेत. योगीराजांशी बोलत असतांना जगभरातील विविध अनुभवांनी आपण थरारून जातो. आफ्रिकेतील जंगलात झाडाची पाने खाऊन दिवस

काढले. विविध देशांच्या राजा राण्यांच्या महालात समृद्ध ऐश्वर्यही अनुभवले. या संपूर्ण प्रवासात विविध माणसांचे अनंत अनुभव मिळाले. निसर्गाचे जतन आणि माणुसकीचे संवर्धन यांना धार्मिक गोष्टींपेक्षा महत्त्व देणारे योगीराज म्हणजे नाशिक मधील एक ऑफबीट व्यक्तिमत्त्व आहे. विश्वभ्रमण काळात अनेक अद्भुत चीजांचा संग्रह झालाय. विविध सापांच्या काती, विविध प्रकारचे शाळीग्राम, मूर्ती, पाण्यात टाकताच जिवंत होणारे गवत, एका राणीने दिलेली दुर्मिळ काळ्या मोत्यांची माळ, असंख्य प्रकारच्या वनस्पती, विविध औषधे, मुद्राशास्त्रातील ज्ञान, अनेक दुर्मिळ पुस्तके, जुनी नाणी असा प्रचंड मोठा खजिना जमा झाला आहे. त्यासाठी विश्व संग्रहालय उभारण्याचा त्यांचा मानस आहे. महावतार बाबाजींच्या क्रिया योग मार्गातून धर्मपंथ भेद विरहित माणसाचे संवर्धन यासाठी त्यांचे कार्य सुरू आहे! या अफलातून कार्यास अनंत शुभेच्छा!

क्राइमडायरी ते पानिपत - व्हाया नटसम्राट : डॉ. राजेश आहेर

अभिनयाचा कोणताही वारसा नसलेले, वयाच्या चाळिशीपर्यंत अभिनय माहीत नसलेले डॉ. राजेश आहेर आपली डॉक्टरकी सोडून अभिनयक्षेत्रात खेचले गेले. नाटक, मालिका, दूरदर्शन, सिनेमा, रेडिओ अशा सर्व माध्यमातून स्वतःला व्यक्त करणारी अभिनयाची भाषा शिकू लागले आणि आज आशुतोष गोवारीकर यांच्या भव्यदिव्य पानिपत चित्रपटात झळकले! अभिनयाचे वेड असलेल्या डॉ. राजेश नामदेवराव आहेर यांचा हा प्रेरणादायी प्रवास!

अशोका मार्ग, नाशिक येथे राहणारे डॉ. राजेश आहेर म्हणजे अभिनय क्षेत्रातील धडपडणारे व्यक्तिमत्व आहे. पेठे हायस्कूल मधून आरवायके कॉलेजला गेले. १९८६ साली औरंगाबाद येथून वैद्यकीय पदवी संपादन केली. त्यानंतर पंधरा वर्ष पूर्णपणे वैद्यकीय प्रॅक्टिस केली. २००५ मध्ये नाशिक क्लब येथे डॉक्टरांच्या स्नेहसंमेलनात फॅशन शोमध्ये मॉडेल म्हणून एन्ट्री झाली. त्यांच्या अभिनय

प्रवासात आई वर्षा आणि नाशिक क्लब यांचा मोठा वाटा आहे. सर्व डॉक्टर मित्रांसोबत वस्त्रहरण नाटक बसवले. २००८ साली राज्य नाट्य स्पर्धेसाठी 'पानगळीचे सूत्र' नाटक केले. २००९ मध्ये भद्रकाली नाशिक येथे 'क्राइम डायरी' मालिकेचे चित्रीकरण सुरू असल्याचे कळाले. स्वत:चे ४ फोटो काढले आणि भद्रकालीत शूटिंगच्या ठिकाणी जाऊन धडकले. पहिली भूमिका मिळाली भंगारवाल्या शेठची! मानधन मिळाले प्रतिदिन तीनशे रुपये!

प्रतिदिन तीनशे रुपये मानधनापासून आज प्रतिदिन वीस हजार मानधना पर्यंतच्या प्रवासामागे फक्त आणि फक्त अभिनयाची आस आहे. क्राइम डायरी नंतर त्यांनी स्वतःच्या फोटोच्या हजार प्रती काढल्या. पंचवटी एक्सप्रेसचा पास काढला आणि मुंबईत मे २००९ पर्यंत ते फोटो वाटले. निर्मात्यांकडे जायचे. स्टुडिओत जायचे. आत प्रवेश मिळाला तर कार्यालयात फोटो द्यायचे. प्रवेश नाही मिळाला तर बाहेरील टपालपेटीत फोटो टाकायचे. अशाप्रकारे भटकंती केली. त्यातून बजाज अलायन्सची एक जाहिरात मिळाली आणि मार्च २०१० मध्ये 'महागुरू'

या सिनेमात आमदाराची भूमिका मिळाली. २०१२ मध्ये म्हैसूर नाट्यमहोत्सवात श्रीलाल शुक्लांच्या 'राग दरबारी' या हिंदी नाटकात बैदजींची भूमिका केली. मारे गए गुलफाम उर्फ तिसरी कसम नाटकात हिरामनची भूमिका मिळाली. बानगुडे पाटील यांच्या महानाट्यात संभाजी राजे यांची भूमिका केली. 'निवडुंग' नाटकात प्रथम पारितोषिक मिळाले आणि 'सावधान इंडिया' ही पहिली हिंदी मालिका मिळाली. २०१४ पासून एकपात्री नटसम्राटचे अनेक प्रयोग केले. विशेषतः ज्येष्ठ नागरिक संघात जास्त प्रयोग झाले. नाटक झाले, मालिका झाले, चित्रपट झाले, त्यानंतर रेडिओ माध्यमात आवाजातून स्वतःचा शोध घेण्यासाठी रेडियो विश्वासवर २०१५ पासून 'बाळू ऑन एअर' कार्यक्रम सुरू आहे.

२०१५ मध्ये नाशिक रोड कारागृहातील कैदी कलाकार बांधवांना घेऊन 'नटसम्राट' चा प्रयोग केला. अधीक्षक रमेश कांबळे यांनी तो विलक्षण अनुभव घेण्याची संधी दिली. ऑगस्ट २०१६ मध्ये दूरदर्शनवर 'क्रांतीज्योती सावित्रीबाई फुले' मालिकेत पंतोजीची नकारात्मक भूमिका साकारली. 'फ्रिकी अली' या हिंदी सिनेमात नवाजुद्दीन

सिद्दीकी आणि सीमा विश्वास सारख्या मोठ्या कलाकारांसोबत काम करण्याची संधी मिळाली. फतेह आणि शिकस्त या सिनेमात बाजीप्रभू देशपांडे यांची भूमिका मिळाली. फर्जंद सिनेमा मिळाला. गडचिरोली भागात झाडीपट्टी नाटक चळवळीत प्रयोग सादर झाले आणि २०१८ मध्ये बाजी मालिकेतील दादाजीची आव्हानात्मक भूमिका मिळाली. त्यासाठी झी नॉमिनेशन झाले आणि आता नुकतेच आशुतोष गोवारीकरांच्या शंभर करोडच्या भव्यदिव्य पानिपत सिनेमात सरदार बिनीवाले यांची भूमिका मिळाली आहे.

"या सर्व प्रवासात मला खूप शिकायला मिळाले. माझी आई वर्षा आज ७८ वर्षांची आहे. तिला वाचनाची प्रचंड आवड आहे. आईच्या संस्कारातून मी घडलो. स्टेजवर हजारोंचा मॉब असताना मास्टर सीनमध्ये उजवीकडून पाचव्या रांगेत एकाने चष्मा घातलेला आहे हे छोट्या मॉनिटरवर पाहून लगेच लक्षात आलेले आशुतोष गोवारीकरांबद्दल प्रचंड आदर वाटतो. मिळेल ते काम करत, स्वतःला शोधत अभिनयाची भाषा शिकतो आहे!"

अफलातून मित्रांबद्दल कृतज्ञता...

...ऑगस्ट महिन्याचा पहिला रविवार म्हणजे जागतिक मैत्री दिन. मित्रमाऊली प्रती कृतज्ञता व्यक्त करण्याचा दिवस. मित्र तोच असतो ज्याच्या समोर उघडाव्यात नि:संकोच दु:खाच्या पायघड्या आणि बेभान होऊन उधळावी फुलेच फुले! माझ्या जीवनातील असेच तीन मित्र म्हणजे चंद्रकांत भट, विजय राख आणि संजय गीते. या मित्रांबद्दल कृतज्ञतेची ही नितांत वैयक्तिक कहाणी.

मैत्री म्हणजे निखळ निरागस निरपेक्ष प्रेम! प्रेम करणे सोपे असते पण निभावणे कठीण असते आणि ज्याच्यावर प्रेम केले त्याला विसरणे तर अशक्य असते! मैत्री म्हणजे असते आतून उकळत येणारे जंगली गाणे ... आभाळातील चांदण्यांचे लुकलुकणे ... मैत्री म्हणजे असते आपल्या आयुष्याच्या फांदीवर उमललेले अनाम फूल ... ज्याचा सुगंध अदृश्यपणे आपल्या प्रत्येक श्वासातून दरवळत राहतो! एकाकीपणाच्या मेंदीने रंगलेल्या पायाखालच्या वाळवंटातील मधाची हिरवळ म्हणजे मित्र! मनाची चैत्रपालवी करपल्यावर मनाला लागलेला मुका

मार जेथे बोलका होतो तो गजबजलेला चौक म्हणजे मित्र! साकळलेल्या रस्त्यावर दुःखाचे वाटे घालून बसलो असता स्मितहास्याच्या अलवार ओंजळीत सुखाचे फुलपाखरू ठेवणारा जादूगार म्हणजे मित्र!

चंद्रकांत घनःश्याम भट हा माझा मित्र म्हणजे माझ्या धमन्यांमधून वाहणारा जिवंत जीवनप्रवाह. धुळे येथे असताना एकमेकांच्या गळ्यात हात टाकून गावभर बुरकळण्याचे ते दिवस म्हणजे माझ्या जीवनातील सोन्याचे दिवस! १२ एप्रिल १९८२ या दिवशी माझी आवडती लेखिका अमृता प्रीतम यांना ज्ञानपीठ पुरस्कार मिळाला. मी त्यादिवशी माझ्या हातावर अमृताचे नाव गोंदवून घेतले आणि चंद्रकांत भट नावाच्या माझ्या या वेड्या मित्राने त्याच्या हातावर माझे नाव गोंदवून घेतले! माझी वाचनाची आवड चौफेर करून वाचनाला अभिजात वळण देण्याचे श्रेय त्याचेच आहे. विविध सामाजिक चळवळींची ओळख मला त्याच्यामुळे झाली. नातलग हे ईश्वरदत्त असतात पण मित्र आपल्या मर्जीप्रमाणे निवडता येतात हे फार मोठे भाग्य आहे.

विजय कचरू राख हा माझा नाशिक मधील मित्र. टेलिफोन एक्सचेंज मध्ये नोकरीला. ३५ वर्षांपूर्वी लँड लाईन वर चुकीचा नंबर लागल्याने त्याच्याशी पहिला संवाद झाला आणि रॉंग नंबर मधून आमची मैत्री रुजली. बहरली. फळांनी लगडली. म्हसरुळला चामर लेण्याच्या पायथ्याशी ध्यानधारणा करायला आम्ही जायचो. तो अध्यात्म मार्गात माझ्यापेक्षा प्रगत होता. त्याच्या मार्गदर्शनाखाली मला ध्यानमार्ग मिळून मी 'ध्याना'वर आलो हे त्याचे खूप मोठे उपकार आहेत. ओशो हेच त्याचे एकमेव दैवत आहे. सतत ओशो विचारात डुंबलेला ओशोंव्यतिरिक्त हाच एकमेव प्राणी असेल! माझ्या सुखात तो माझ्यापासुन जाणीवपूर्वक लांब राहिला पण माझ्या दुःखात माझ्याभोवती भक्कम तटबंदी बनून मला सुरक्षित ठेवत राहिला ... चोरबाजारातील तराजूंच्या गंजलेल्या भाऊगर्दीत प्रत्येक संघर्ष म्हणजे विजयाची नांदी असतो हे सांगत राहिला!

संजय नामदेव गीते म्हणजे चित्रपट संगीत क्षेत्रातील मोठे नाव. गायक-संगीतकार. प्रतिभावंत संवेदनशील कलाकार. माझ्या जीवनाच्या शिशिरात संजय मैत्रीच्या सुरांनी सुखाचा 'बसंत बहार' खुलला. त्याच्या

साथीने कधी ‘सोलो ‘जगलो तर कधी ‘ड्युएट’ ...कधी 'कोरस' तर कधी ' सिम्फनी'.... सुरेल जुळलेल्या तंबोऱ्यातून स्वयंभू गांधाराचा अस्फुट हुंकार ऐकू यावा तशी आमची मैत्रीची मैफिल रंगत गेली. त्याची मुंबईच्या चित्रपट विश्वातील कारकीर्द.... जगदीश खेबुडकरांचा सहवास, सुरेश वाडकरांचा आशीर्वाद, लता मंगेशकरांचा प्रसाद, अवधूत गुप्तेची दोस्ती, शंकर महादेवनची मैत्री, कुसुमाग्रजांचा परिसस्पर्श, यशवंतराव गडाखांचे प्रेम अशा सर्वच घटना प्रसंगातून संजय माणूस म्हणून मोठा होत गेला आणि त्याची प्रचिती माझ्यासारख्या मित्रांच्या मनात तानपुऱ्याच्या साथी सारखी सतत झंकारत राहिली. महावतार बाबाजींचा क्रियायोग हा आमच्यातील अजून एक समान धागा. त्याचा स्वभाव लहान मुलासारखा निरागस आहे. त्याच्या मैत्रीमुळे संकटी तबल्याच्या कोणत्याही मात्रेपासून तिय्या घेऊन समेवर येणे मला जमू लागले याबद्दल मी कृतज्ञ आहे!

रक्तदानाच्या शतकाकडे गिर्यारोहण : भगवंता राऊत

सावरपाडा एक्सप्रेस कविता राऊत आणि अंजना ठमके यांनी नाशिकच्या ग्रामीण भागातून येऊन आंतरराष्ट्रीय स्तरावर नाशिकचे नाव उंचावले. त्याप्रमाणेच दुर्गम ग्रामीण भागातील भगवंता झिप्रा राऊत वयाच्या शेहेचाळीसाव्या वर्षी धावपटू म्हणून पुढे येत आहेत. शारीरिक क्षमता वाढविण्यासाठी दर रविवारी गिर्यारोहण करणारे भगवंता राऊत रक्तदानाच्या शतकाकडेही वाटचाल करीत आहेत.

भगवंता झिप्रा राऊत ... दिंडोरी तालुक्यातील वणी जवळच्या खोरीपाडा या लहानशा गावात चौथीपर्यंत शिक्षण झाले. पुढे पांडाणे येथील भाऊसाहेब हिरे आश्रम शाळेत दहावीपर्यंत शिक्षण झाले. घरची अत्यंत हलाखीची परिस्थिती. लगेच नोकरीला लागून आर्थिक उत्पन्न आवश्यक होते. म्हणून नांदगावहून डि. एड. झाले आणि प्राथमिक शिक्षक म्हणून नोकरीला सुरुवात झाली. नाशिक मनपात १९९५ साली रुजू झाले. आदर्श शिक्षक म्हणून २०१० साली मनपाचा पुरस्कार मिळाला. दरम्यान

एम. ए.(मराठी) एम.एड. (शिक्षण शास्त्र) आणि सेट परीक्षा उत्तीर्ण झाले. सध्या मनपा शाळा क्रमांक ७४ ,जाधव संकुल, अंबड लिंक रोड, नाशिक येथे पदवीधर शिक्षक म्हणून ते कार्यरत आहेत .

१९९७ मधे त्यांच्या मावशीच्या नातवाला डॉक्टर काश्यपे यांच्याकडे अ‍ॅडमिट केले होते. दोन वर्षाच्या त्या लेकराला रक्त देण्याची गरज पडली. फक्त १५० मिलि रक्ताची गरज होती. रक्तपेढीत गेले. रक्तपिशवीत ४५० मिली रक्त असते. मग बाकीचे रक्त वाया जाईल ... काय करावे? रक्तदाता आणा... त्या वेळी रक्तदानाबद्दल समाजात एवढी जागरूकता नव्हती. म्हणून त्यांनी स्वतः रक्तदान केले. त्यांचा रक्तगट ओ पॉझिटिव्ह युनिव्हर्सल आहे. त्यावेळी रक्तदानाचे महत्त्व लक्षात आले. त्यानंतर मग वाढदिवस, स्वातंत्र्यदिन, गणेशोत्सव, रक्तदान शिबिर अशा प्रसंगी ते स्वेच्छेने रक्तदान करू लागले. मित्रमंडळीत रक्तदानाचा प्रचार केला. एकदा अशोक स्तंभावर दुचाकी दुरुस्तीसाठी गेले असता तेथे एका रुग्णाला रक्ताची आवश्यकता असल्याचे गप्पांमधून कळाले. लगेच स्वतः रक्तदान केले.

त्यांना कोणतेही व्यसन नाही. काटक धडधाकट असून त्यांची व्हेनसुद्धा चांगली आहे. हिमोग्लोबिन १३ आहे. त्यामुळे आता ते रक्तबिंबिका प्लेटलेट्स दान करतात. त्यांच्या प्लेटलेट्स डेंग्यू, डायलिसिसच्या गरजू रुग्णांना लगेच लागू होतात. प्लेटलेट्स दान करण्याच्या प्रक्रियेला साधारणपणे तीन तास वेळ लागतो. आणीबाणीच्या प्रसंगी जनकल्याण रक्तपेढीचा फोन आल्याबरोबर ते लगेच रक्तदानासाठी जातात. आतापर्यंत ९२ वेळा त्यांनी रक्तदान केले आहे. त्यांच्या या कार्याचा संस्कार त्यांच्या शाळेतील विद्यार्थ्यांवर ही झाला आहे. मोठे झाल्यावर कोण होणार? असे त्या मुलांना विचारल्यावर मुलांनी "महान रक्तदाता" बनण्याची इच्छा व्यक्त केली.

मुळातच काटक असलेल्या शरीराची क्षमता अजून वाढवण्यासाठी त्यांनी रनिंगला सुरुवात केली. रोज पहाटे चार वाजता सातपूर ते त्र्यंबक विद्या मंदिर धावण्याचा त्यांचा दिनक्रम आहे. नाशिक रन, पोलिस रन, अशा धावण्याच्या स्पर्धेत त्यांनी यश मिळवले. २०१६ साली दहा किलोमीटरच्या स्पर्धेत दुसरा क्रमांक आला. नुकतेच २१ जुलै २०१९ रोजी इगतपुरी माऊंट रनमध्ये प्रथम क्रमांक

आला. मागील रविवारी ४ ऑगस्ट २०१९ रोजी त्र्यंबक स्टोन रिड मॅरेथॉन स्पर्धेत दहा किलोमीटरचा घाट, चढ-उतार, पाण्यातील मार्ग ५३ मिनिटात पार करून प्रथम क्रमांक आला. स्पर्धेत सहभागी झालेल्या मिलिटरी जवानांना ते प्राथमिक शिक्षक असल्याचे खरेच वाटत नव्हते!

यासोबतच दर रविवारी सह्याद्री ट्रेकर्स ग्रुप ,नाशिक यांच्या समवेत नाशिक परिसरातील विविध डोंगर किल्ले चढतात. कळवंती, प्रबळगड, विश्रामगड, औंधवाडी, जीवधन, हडसर, देहरेवाडी, तुंगलदरा, नवरा नवरी, दुर्गभांडार अशा ठिकाणी गिर्यारोहण केले. जाताना जागोजागी सीड बॉल टाकत जातात. वृक्षारोपण करतात. डोंगर किल्ल्यावरील प्लास्टिक कचरा गोळा करून स्वच्छता करतात. आदर्श योग शिक्षक म्हणूनही नुकताच त्यांचा सत्कार झाला आहे. आता रोज पोहायला जातात आणि सिंधुदुर्ग तारकर्ली पोहण्याच्या स्पर्धेची तयारी करत आहेत. कोणालाही रक्ताची गरज असेल तर अवश्य संपर्क साधावा. (संपर्क क्रमांक : ९८८१९६६५५)

नाशिक महापालिकेचा बेल महोत्सव

नाशिक महापालिकेमार्फत पर्यावरण संरक्षण व वृक्ष लागवड या अंतर्गत शालेय मुले व नागरिक यांना बेल वृक्षाचे धार्मिक महत्त्वा बरोबरच औषधी महत्त्व कळावे याकरिता गुरुवार दिनांक २२ ऑगस्ट २०१९ रोजी सकाळी ९ वाजता मनपा शाळा क्र. ८४, पाथर्डी येथे अभिनेते सयाजी शिंदे व सिनेअभिनेत्री स्मिता तांबे यांच्या उपस्थितीत बेल महोत्सव आयोजित केला आहे.

नाशिक महापालिकेतील उद्यान विभागाचे उपायुक्त शिवाजी आमले म्हणजे झाडांनी झपाटलेला माणूस आहे. संगीतकार संजय गीते यांच्यासोबत त्यांची भेट झाली. शिवाजीराव झाडांबद्दल भरभरून बोलत होते. त्यातच बेल महोत्सवाचा विषय निघाला. सह्याद्री देवराईकार अभिनेते सयाजी शिंदे यांनी श्रावणात बेल महोत्सव भरविण्याची कल्पना मांडली होती. त्याला प्रतिसाद देत नाशिक महापालिकेने हा आगळावेगळा बेल महोत्सव आयोजित केला आहे. त्यात वृक्षदिंडी, महेश

नगर, पाथर्डी सह ३१ प्रभागात बेलवृक्ष लागवड आणि वृक्ष वाटप कार्यक्रमाचे आयोजन केले आहे.

बेल वृक्षाचे महत्त्व जाणून घेण्यासाठी त्र्यंबकेश्वर मंदिराचे विश्वस्त सत्यप्रिय शुक्ल यांची भेट घेतली. त्यांनी बेलाच्या धार्मिक महत्त्वा बरोबरच औषधी महत्त्व विशद केले. बेलाला 'आशुतोष' असे सुंदर नाव आहे. लक्ष्मीने आपल्या भक्ती सामर्थ्याने बेलवृक्ष निर्माण केला असे म्हणतात. नाशिक, त्र्यंबक, इगतपुरी हा भाग जैवविविधतेने समृद्ध भाग आहे. धार्मिक मूल्यांनी अनेक वृक्षांचे संरक्षण केले आहे. देवरायांच्या रूपाने स्थानिक दुर्मिळ वनस्पती आणि पशुपक्ष्यांचे जतन झाले आहे. पवित्र झाडे म्हणजे भारताचा नैसर्गिक वारसा आहे. त्यातीलच पवित्र मानलेला बेलवृक्ष म्हणजे खरोखर कल्पवृक्ष आहे.

कोणत्याही झाडाचे मूळ, खोड, पाने, फुले व फळ असे पाच भाग असतात. बेलाचे हे सर्व भाग उपयुक्त आहेत. बेलाच्या मुळापासून बनवलेला अवलेह सतत येणारा ताप, उदासीनता, मानसिक दुर्बलता यावर गुणकारी आहे. बेलाचे खोड इमारतीसाठी उपयुक्त असते. तसेच खोडा पासून बनवलेली देवीची मूर्ती श्रीविद्या साधना त्वरित फलदायी

करणारी असते. खोडावरील साल दंतमंजन बनवणे आणि पोटाच्या आजारावर उपयुक्त असते. मधुमेह, ताप, थंडी, अस्थमा, कावीळ, डोळे येणे, पित्तदोष यावर बेलाची पाने उपयोगी आहेत. अतिसार, उलट्या, तोंड कोरडे पडणे यावर बेलाची फुले उपयोगी असतात. तर बेलफळ पोटदुखी, अपचन, जुलाब, मुळव्याध, रक्तस्राव थांबवणे यासाठी उपयुक्त आहे. बेलाचे त्रिदल उत्पत्ती, स्थिती आणि लय या शिवाच्या तीन कार्यांची जोडलेले असल्याने ते पवित्र मानले आहे. 'शंकराला बेल वहावे' यामागील गूढ अर्थ उलगडतांना सत्यप्रिय शुक्ल म्हणाले की, "शं म्हणजे शुभ आणि कर म्हणजे करणारा ... आपले शुभ करणारा असा या जगात कोण आहे? तर आपले शुभ, आपला विकास, आपली प्रगती आपण स्वतःच करू शकतो! म्हणजे आपणच शंकर आहोत! या देहाच्या रक्षणासाठी आणि आरोग्यासाठी आपण बेलाची पाने सेवन केली पाहिजे असा यामागे खरा अर्थ आहे! शिवरात्रीच्या कथेतील हरणीला जीवदान देणारा शिकारी बेलाच्या संपर्कात आल्यामुळेच त्याच्यात दया करुणा निर्माण झाली ना?" बेलवृक्षाची पाने म्हणजे शंकराच्या तीन डोळ्यांचे प्रतीक आहे ... ते तीन डोळे म्हणजे शिक्षण,

स्वच्छता आणि माणुसकी होय! बेलाचे झाड समृद्धीचे प्रतीक आहे. यश देणारे आहे. आपल्याला जर यश आणि समृद्धी पाहिजे असेल तर आपण जास्तीत जास्त बेलवृक्षांची लागवड केली पाहिजे. बेलवृक्षाची मूळे जमिनीत पाणी जतन करण्यास मदत करतात. भूजल पातळी वाढविणारे जलदूत म्हणजे बेल वृक्षाची मुळे असतात! बेलाचे झाड हवा शुद्ध करण्याचे मोठे काम करते. दिवसा ते जास्तीत जास्त प्राणवायू बाहेर टाकते आणि हवेतील विषारी वायू शोषून घेते. याद्दष्टीने 'हलाहल' प्राशन करणाऱ्या भगवान शंकराशी बेलाचे नाते स्पष्ट होते. बेलभंडार उचलून सत्यता पटवणारे बेलाचे झाड म्हणजे माणसाची श्रद्धा आणि विश्वास टिकवणारे आहे ... चला तर मग आपणही बेलभंडार उचलून बेलवृक्ष लागवडीची शपथ घेऊया!

पर्यावरण पूरक श्रीगणेश : दिलीप वैती

चौदा विद्या, चौसष्ट कलांचा अधिपती ... तो
गणपती! अशी संकल्पना मांडणारे ठाण्याचे दिलीप वैती
एका प्रदर्शनाच्या निमित्ताने नाशिकला आले असताना
त्यांची भेट झाली. गणपती बाप्पाच्या उत्सवाला सामाजिक
आणि पर्यावरण पूरक स्वरूप देणाऱ्या त्यांच्या
विश्वविनायक ट्रस्टचे कार्य अतिशय ऑफबीट आहे!

गणेशोत्सव म्हणजे आनंदाची उधळण... उत्साहाचे
कारंजे... प्रसन्नतेची पखरण! गणपतीची मूर्ती म्हणजे
विविध संदेश देणारे प्रतीक! गणपतीचे मोठे मस्तक विशाल
बुद्धिमत्ता दाखवते. बारीक डोळे सतत निरीक्षण करायला
सांगतात. मोठे कान खूप श्रवण करायला सांगतात.
वक्रतुंड ते ऐकलेले लगेच भडाभडा बोलून टाकू नये असे
सांगते. मोठे पोट ऐकलेले पोटात ठेवण्याबरोबरच इतरांचे
अपराध पोटात घ्यायला सांगते. एकदंत ध्येयाप्रती
एकनिष्ठता सांगतो. हातातील पाश अंकुश विचारावर
अंकुश ठेवतो. परशु अहंकाराची खांडोळी करायला सांगतो.
डाव्या हातातील मोदक इतरांना मोद म्हणजे आनंद

देण्यास सांगतो आणि अभय मुद्रेतील उजवा हात संघर्षाचा सामना करण्यासाठी आत्मविश्वास देतो! गणपतीचे वाहन असलेला उंदीर काळाचे प्रतिक आहे. उंदीर जसा प्रत्येक गोष्ट कुरतडून टाकतो, तसा काळ आपल्या आयुष्यातील एक एक दिवस नष्ट करत आहे. त्यावर स्वार होणे म्हणजे उपलब्ध वेळेचा सदुपयोग करा असा संदेश देणाऱ्या गणेशाचे पर्यावरण पूरक रुप साकारणारे दिलीप वैती म्हणजे पर्यावरण पूरक श्रीगणेश पूजक होय!

जे. जे. कला महाविद्यालयातून कमर्शियल आर्टचे शिक्षण घेतलेल्या दिलीपच्या घरातच अनेक वर्षांपासून गणपतीची परंपरा आहे. ६५० गणेशमूर्तींचे कलेक्शन आहे. त्यात शाडू माती, दगड, काच, लाकूड, सोने-चांदी, शंखशिंपले, तांबे पितळ, टेराकोटा, मार्बल, मशरूम, नारळाची करवंटी अशा विविध मूर्तींचा समावेश आहे. विश्वविनायक ट्रस्ट मार्फत दरवर्षी पर्यावरणपूरक संकल्पना राबवली जाते. यापूर्वी विद्यागणेश साकारला. त्यानिमित्ताने वह्या पुस्तकांचा प्रसाद गरजू विद्यार्थ्यांना वाटला. टी शर्टचा गणेश बनवून गरजूंना वस्त्रप्रसाद दिला. निसर्ग गणेशाच्या माध्यमातून मोदकात रोपे लावली आणि

ते वृक्षमोदक प्रसाद म्हणून वाटले. यावर्षी कृषीगणेशा या संकल्पनेतून गोमय गणेश मूर्ती बनवली आहे. शेती आणि शेतकरी बांधवांप्रती यानिमित्ताने कृतज्ञता व्यक्त केली आहे. गहू, तांदूळ, चार प्रकारच्या डाळींचे संकलन करून विविध संस्थांना ते धान्य वाटप करण्यात येणार आहे.

एक कलाकार म्हणून कलात्मक सुबक सजावट साकारताना सामाजिकतेचे भान ठेवणारा हा अतिशय प्रशंसनीय असा उपक्रम आहे. सजावटीत कुठेही पर्यावरणाची हानी होणार नाही हा कटाक्ष असतो. पृथ्वी, आप, तेज, वायू आणि आकाश या पंचमहाभूतांचे पूजन आणि संवर्धनाचा संस्कार यातून दिला जातो. गणेश मूर्ती बनवताना माती आणि गोमयाचा वापर केला जातो. सेंद्रिय सजावटीच्या नावाखाली झाडांच्या फांद्या ओरबाडणे नाही की कुठेही पर्यावरण प्रदूषण करणारे प्लास्टिकचा वापर नाही. टोपलीत धान्य ठेवून त्यात गणपतीची मूर्ती विराजमान होणार आहे. गणपती पूजन करण्यासाठी येणाऱ्या भक्तांनी नारळ, फुले, मिठाई न आणता मूठभर धान्य आणावे आणि ते पक्षीमित्र, अनाथाश्रमाला द्यावे अशा या उपक्रमातून समाजाप्रती कृतज्ञता जपली जात आहे.

विशेष म्हणजे दिलीपने आज पर्यंत ३५८ गणेश चित्रे रेखाटली आहेत. त्यात गणेशाची विविध रूपे साकारली आहेत पण कोणत्याही चित्रावर चित्रकार म्हणून त्यांनी स्वाक्षरी केलेली नाही. त्याच्यामते गणपतीबाप्पाच विविध रूपे दाखवतो आणि मी फक्त ते साकार करणारे माध्यम आहे. विश्वविनायक डॉट नेट या संकेतस्थळावर ती सर्व चित्रे उपलब्ध आहेत.

या आगळ्यावेगळ्या उपक्रमाची समाजाने दखल घेतली आहे. झी टीव्हीवर या कामाचे कौतुक झाले आहे. यानिमित्ताने बाबासाहेब पुरंदरे, सिंधुताई सपकाळ अशा थोरामोठ्यांचा सहवास आशीर्वाद मिळाला आहे. दगड, माती, लाकूड, झाड, ढग असे कशातही गणेश रुप पाहणाऱ्या या कलाकाराचा पुढील संकल्प म्हणजे सृष्टीगणेशा आहे. विविध देशी वृक्षांची लागवड करून पर्यावरण समृद्धी सोबतच पशुपक्ष्यांची जैवविविधता जपणे असा आहे!

गतिमान प्रशासनासाठी पुस्तिका : सूरज मांढरे

नाशिकचे जिल्हाधिकारी सूरज मांढरे यांनी शासकीय कार्यालयातील टेबलांवरील तुंबलेल्या फाइल्स त्वरित मार्गी लावण्याचा चंग बांधला आणि त्यासाठी "कार्यालयीन कामकाजात माहिती तंत्रज्ञानाचा वापर" नावाची मार्गदर्शक पुस्तिका प्रसिद्ध केली आहे. कर्मचाऱ्यांवरील ताण हलका करून जनतेला दर्जेदार सेवा देणाऱ्या या उपक्रमाची ही कहाणी...

सूरज मांढरे यांना खरंतर सी. ए. व्हायचे होते ... त्यासाठी पुण्यात एस. पी. कॉलेजात बी.कॉम.ला प्रवेश घेतला. कॉलेजच्या एन.सी.सी.चा कडक गणवेष अंगावर घातल्यावर अभिमान वाटला आणि पि.एस.आय. बनण्याचे ठरवले. अभ्यास, जीम सुरु झाले. शिक्षक मार्गदर्शकांनी एम. पी.एस.सी. सुचवले. परीक्षा दिली आणि वयाच्या २१ व्या वर्षी जिल्हाधिकारी झाले ... अमरावती, बुलढाणा, अकोला, औरंगाबाद, कोल्हापूर, सांगली, पुणे, मुंबई अशा अनेक ठिकाणी विविध पदांवर त्यांनी सेवा बजावली आहे. त्यांचे वडील शिक्षक होते. त्यामुळे बालपणापासूनच

त्यांच्यावर शिक्षणाचे संस्कार घडत गेले. शासकीय स्वागत समारंभात पुष्पगुच्छांऐवजी पुस्तके भेट देण्याची प्रथा त्यांनी प्रचलित केली.

महाराष्ट्र सरकारच्या उत्कृष्ट अप्पर जिल्हाधिकारी पुरस्काराने त्यांचा सन्मान झालेला आहे. महसूल रेकॉर्ड संगणकीकरण कार्यक्रमासाठी राज्यस्तरीय डोमेन विशेषज्ञ म्हणूनही त्यांनी जबाबदारी पार पाडली आहे. पुणे जिल्हा परिषद सीईओ म्हणून काम करताना त्यांनी ग्रामपंचायतीचे सर्व विकास आराखडे संगणकीकृत करणारा प्लॅन प्लस आणि ग्रामपंचायतींचे संपूर्ण दप्तर संगणकीकृत करण्याचा इ - ग्राम हा कार्यक्रम यशस्वीपणे राबवला.

'कार्यालयीन कामकाजात माहिती तंत्रज्ञानाचा वापर' या पुस्तिकेबद्दल ते म्हणतात- "तुमच्या टेबलवर फाईल्स इतक्या कमी कशा?" फाईल्सच्या ढिगाऱ्याआडूनच अधिकारी पाहण्याची सवय असलेले अभ्यागत आणि सहकारी सुद्धा मला हा प्रश्न नेहमी विचारत. अनेक दिवसांपासून केलेल्या विविध नाविन्यपूर्ण उपायांचा विशेषत: तंत्रज्ञानाच्या अचूक वापराचा हा परिणाम आहे, हे

त्यांना समजावून सांगताना माझ्यावरच मर्यादा येत. पहिल्याच बैठकीत या सगळ्या संकल्पना विस्ताराने सांगणे अवघड होई, म्हणूनच त्या लिखित स्वरूपात मांडण्याचे मी ठरवले."

'कार्यालयीन कामकाजात माहिती तंत्रज्ञानाचा वापर' या पुस्तिकेत अधिकाऱ्यांसमोरील आव्हाने, माहिती व्यवस्थापन, अहवाल सादर करणे, महत्त्वाच्या बैठका, वेळेचे नियोजन यांचा विचार करताना उद्दिष्ट, टूल्स आणि फायदा अशाप्रकारे नेमके मार्गदर्शन केले आहे. कार्यालयातील सर्व्हरवर इन्स्टॉल करून इंटरनेटवर उपलब्ध मोफत एप्लीकेशनद्वारे नियंत्रित करता येणाऱ्या डेटा बँक मुळे माहितीचे व्यवस्थापन कमीत कमी खर्चात व अतिशय परिणामकारक करता येते. गुगल ड्राईव्ह, ड्रॉप बॉक्स, वेबलिंक्स, एव्हरनोट यांचा वापर करून सोप्या पद्धतीने माहितीचे आदान-प्रदान करता येते. गुगल कॅलेंडरचा वापर करून प्रकरणांचा विहित कालावधीत निपटारा करता येतो. गुगल कॅलेंडर वापरण्याची पद्धत व कॅलेंडरमध्ये नविन नोंद करण्याची पद्धत याचे प्रात्यक्षिक आणि फायदे सविस्तरपणे दिलेले आहेत. स्मरणपत्र यादी

पाठविण्याची कार्यपद्धती व अनुत्पादक कामातील वेळ वाचविणे बाबत मार्गदर्शन आहे. प्रत्येक कार्यालयात सतत आवश्यक माहितीचे विषय, प्रपत्र ठेवण्यासाठी हॅंडी इन्फॉर्मेशन संकलन कार्यपद्धती दिलेली आहे. या सर्व तंत्रज्ञान प्रत्यक्ष अंमलबजावणीची कार्यपद्धती दोन टप्प्यात दिलेली आहे. शेवटच्या पानावर दोन चित्रे दिलेली आहेत. पहिले चित्र आहे रांजणात खडे टाकून पाणी वर आणणारा पारंपरिक कावळा आणि दुसरे चित्र आहे रांजणात स्ट्रॉ टाकून पाणी उपलब्ध करून घेणारा स्मार्ट कावळा!

या पुस्तिकेबद्दल जिल्हाधिकारी म्हणतात- “मित्रहो, जनतेच्या वाढलेल्या अपेक्षा, आपले मर्यादित संख्याबळ आणि पारंपारिक कार्यपद्धती या सगळ्यांचा मेळ घालताना प्रत्येकाची दमछाक होते. यावर रामबाण उपाय आहे तंत्रज्ञानाचा सुयोग्य वापर! मोबाईल, टॅबलेटस्, संगणक ही आपल्या रोजच्या वापरातील साधने केवळ संपर्क आणि टायपिंग पुरती मर्यादित नसून यापुढेही कित्येक जादुई कामे करू शकतात हे या पुस्तिकेतून लक्षात येईल. ‘संख्या’ घटून कामाचा ‘निपटारा’ वाढतो... कामांचा ‘निपटारा’ अधिक असूनही कामाचा ‘ताण’ घटतो!

तंत्रज्ञान म्हणजे खर्चिक क्लिष्ट, ते आपले काम नव्हे या पारंपरिक समजाला ही पुस्तिका छेद देईल याची मला खात्री वाटते!"

आवारी गुरुजींचे वनस्पती विश्व

दलितमित्र गंगाराम जानू आवारी गुरुजी म्हणजे नाशिक जिल्ह्यातील पेठ, सुरगाणा भागातील चालता-बोलता आयुर्वेद होते. आदिवासी वनस्पती तज्ज्ञ आपली विद्या स्वतःच्या मुलासही सांगत नाही, पण आवारी गुरुजींनी समाजाच्या कल्याणासाठी 'आदिवासींचे परंपरागत उपचार' या पुस्तकात ३५५ वनस्पतींचे औषधी उपयोग दिलेले आहेत!

"आदिवासींचे परंपरागत उपचार" (१९८६) हे पुस्तक डॉक्टर विष्णू महादेव गोगटे यांनी नाशिक येथून प्रसिद्ध केले आहे. आवारी गुरुजींचे गुरु रामा रावजी सापटे यांची त्यासाठी फार मोठी मदत झाली आहे. मानवा सोबतच पशुपक्ष्यांवरील विविध उपचार सुद्धा यात दिलेले आहेत. परंपरागत औषध पद्धतीचे आश्चर्यजनक सामर्थ्य आज सर्वमान्य झाले आहे. या पुस्तकात दिलेले उपचार हे असेच अनुभवाचे बोल आहेत. यात दिलेल्या वनस्पतीचे आदिवासी देत असलेले नाव, शक्य असेल तेथे संस्कृत नाव, मराठी नाव, त्याचे कुल (फॅमिली), त्या फॅमिलीचा अर्थ, त्याचे

शास्त्रीय नाव, शक्य तेथे तिचे चित्र, त्याचा माणसावर होणारा उपयोग आणि त्याचा उपयुक्त भाग अशा क्रमाने रचना केली आहे. ग्रंथाच्या शेवटी या ग्रंथात येणाऱ्या पारंपरिक शब्दांचे अर्थ आणि वर्षभरातील वनस्पतींचा पुष्प काळ दिलेला आहे.

गवताच्या औषधी प्रकारात आग्या, आघाडा, अजोला, आगपान, आसूड, इखार, इसड्या, उन्हाळी, उफाडा, अंबुल, कसूर, चाकवत, चिरमूट, चित्रक, तन, खोंद्या गवत, गवतीचहा, घरभांड, कोथिंबीर, खापरी, खराटा, खडकपेटारा, खुजा, कारव फोडशी, कवळी, बिलाईत, कडसरा, देवअंबाडी, रानखुरासणी रान नारळ, रानतूर, रानभेंडी, रोशेल तेल, रिंगणी, अशा ५६ प्रकारच्या गवतांचे औषधी उपचार दिलेले आहेत. त्यात जनावराला जखम झाल्यास आग्याच्या पाच काड्या जनावराच्या गळ्यात बांधाव्या. विंचू चावला तर आघाड्याचा पाल्याचा रस लावावा. मुतखडा असेल तर आजोल्याचे बी प्यावे. बेशुद्धीत आसूडपाल्याचा लेप लावावा. ताप आल्यास इसड्याचा पाला अंथरुणात ठेवावा. बैलांचा खांदा सुजला असेल तर उंदीरकानीचा पाला चोळावा. डोळ्यात फूल

पडल्यास त्या बाजूच्या कानाला उन्हाळीचे मूळ बांधावे. अंबाडीचे बी गाईला घातल्यास दूध वाढते. शेतीत पिकांवर रोग पसरत असतील तर शेतात कसूरीची काडी उभी करून ठेवतात. कोंबडीचे पिल्लू रोडके असेल तर त्याला टिवऱ्याचे बी कुटून पाजावे. त्याची कडकी निघून जाते. विषबाधा झाली तर तांदळ्याचा रस प्यावा. दही ज्या मडक्यात नासते ते मडके खोंद्याच्या पाल्याने घासल्यास दही नासत नाही. रानगाजरी गवत खाऊ घातल्यास बकरीचे दूध वाढते. घरभांडची मूळी उगाळून जंगलात शिकारीला गेलेल्या कुत्र्याला हुंगवल्यास तो शिकार हुडकून काढील. कोलवाची ओंबी खेकडे पकडायला मदत करते.

गवत वर्गातील या वनस्पतीं सोबतच वृक्ष, वेली, झुडपे व कंदमुळे अशीही मोठी वर्गवारी आणि त्यांचे नित्य व्यवहारातील उपयोग या पुस्तकात दिलेले आहेत. आंबा, कांचन, काजू, चंदन, हादगा, फणस, बोर, वड, पिंपळ, वाघाटी, सागरगोटा, मोह, हिवर, अर्जुन सादडा, भोकर, रीठा, आपटा, आवळा, चिंच, जांभूळ अशा विविध वृक्षांचे उपयोग दिलेले आहेत.

आज पर्यावरण संरक्षणाबाबत सर्वत्र जागृकता निर्माण झाली आहे. पर्यावरणाचे जतन करताना आपले पारंपरिक ज्ञानही जतन करण्याची आवश्यकता आहे. संस्कृतमध्ये 'प्रज्ञापराध' असा एक शब्द आहे. त्याचा अर्थ आहे प्रज्ञेचा अपराध! आपण आधुनिकीकरणाच्या नादात प्रज्ञेचा अपराध करत आहोत ... निसर्गाचा अपराध करत आहोत! या ज्ञानाचे जतन व्हावे आणि हा वारसा पुढील पिढ्यांपर्यंत जावा यासाठीच आवारी गुरुजी म्हणतात ... "आज बेछूट जंगलतोडीने वृक्ष-वनस्पती झपाट्याने नष्ट होत आहेत. त्याचे औषधी गुणधर्म यापूर्वी आपले शैक्षणिक अज्ञान व कोत्या समजुती यामुळे कोणीही नमूद करून ठेवले नाही आणि त्याचा जर कोणी विचार केला नाही तर आपल्या भावी पिढीला या गुणधर्माचा मागही उरणार नाही अशी वेळ आली आहे. अशा वेळी आत्मपरीक्षण करून आपल्याजवळील या अमुल्य ठेव्याचा विचार करणे हे उचित ठरणार आहे!"

जंगल जगलेला माणूस : पुंजाबाबा घागरे

नसानसातून निसर्गाचे हिरवे रक्त सळसळत असलेला निसर्गाचा ज्ञानकोश म्हणजे त्र्यंबकेश्वरचे पुंजाबाबा घागरे होते! जन्म २ एप्रिल १९२४ आणि मृत्यू २० डिसेंबर २०१७... त्र्यंबकेश्वरी पाच आळीत रामेश्वर मंदिरा जवळ राहणारे पुंजाजी पुनाजी घागरे म्हणजे जंगल जगलेला माणूस होते!

पुंजाबाबांचे संपूर्ण आयुष्य जंगलजग अनुभवण्यात गेलेले... वयाच्या नव्वदी पर्यंत ते बाराही महिने जंगलातच फिरत असत. पूर्वीचा सडसडीत देह थोडासा स्थूल झालेला... उंची पाच फूट चार इंच... चेहऱ्यावर ९२ वर्षांचे ऊन पावसाळे पचवलेल्या अनुभवांची अगोचर लिपी सुरकुत्यांच्या रूपात साकारलेली. धीर-गंभीर मुद्रा... प्रसन्न चेहरा... शांत स्वच्छ डोळे... मितभाषी स्वभाव ...डोक्यावर लाल मुंडासे... हातात काठी ... पायात विमान टायरच्या दणकट वहाणा... शांत आवाजात मृदु ग्रामीण ढंगात बोलणारे पुंजाबाबा म्हणजे जंगल जगलेला माणूस होते!

पुंजाबाबा म्हणजे बारीक किड्यामकोड्यापासून वाघापर्यंत संपूर्ण प्राणी जगताची प्रत्यक्ष प्रॅक्टिकल माहिती असलेले... पाणथळ जागेवर वाघाच्या खोडी (ठसे)पाहून अचूक माग काढणारे... "एकदा जंगलात वाघूर लावेल व्हते... वाघूर मंजी ससा पकडण्यासाठी लावल्यालं जाळं ....वाघूरीत ससा गावला आनि सशाच्या आशेनं वासावार वाग आला बगा... हातात फक्त काठी आनि मंग काय करता?... आजूबाजूला बगितला... शेजारीच पाभ्याचं झाड गावलं... तिरमकराजाची किरपा बगा... अल्लाद पाभ्याच्या झाडाखाली सरकलो... वाघ कवाबी पाभ्याच्या झाडा जवळ येत नाही बघा.... सिताफळाचे फुल आणि चाफ्याचे फुल दिसायला सारखेच पण गुणगंधाने वेगळे ...चाफ्याला बी धरतच नाही बघा! केळीचे पान मधला टाटोळा बसवून कापावे लागते ... कापलेले केळीचे पान जेवायला उभे मांडले तर वैष्णव आणि आडवे मांडले तर शैव! मोठा झाड कवाबी तोडू नये... पाप लागतं !" असे विलक्षण ज्ञान देणारे निसर्गाचा चालता-बोलता ज्ञानकोश म्हणजे पुंजाबाबा घागरे होते!

त्र्यंबकेश्वर देवस्थानचे पूजक विश्वस्त सत्यप्रिय शुक्ल मोठ्या उत्साहाने सांगत होते... "एकदा नाशिकच्या आयुर्वेद महाविद्यालयाच्या प्राचार्यांनी मधुमक्षिकापालन प्रोजेक्टसाठी वसाहत धरून देण्यास पुंजाबाबांना सांगितले ... वसाहत म्हणजे मधमाशांचे पोळे. मी तेव्हा चौथीत होतो. मीही पुंजाबाबांसोबत जंगलात जायचा हट्ट धरला. दोघेच मधमाशांची लाकडी पेटी, काठी आणि जेवणाचा डबा घेऊन निघालो. पुंजाबाबाने झाडाच्या ढोलीत वसाहत शोधली ... मधमाशीच्या पोळ्यात एकच राणीमाशी असते ... आकाराने मोठी ... लाकडी पेटीला गेट आणि हॅंगर असतो ... राणीमाशी पेटीत टाकली की तिच्या मागे सगळ्या माशा पेटीत येतात ... पोळे तयार! पुंजाबाबाने ढोलीत पोळ्यात हात घातला ... माशा चाळवल्या ... मला तीन माशांनी डंख मारला ... पुंजाबाबा मला म्हणाले ... 'अजिबात हलू नको'... भयानक असह्य आगीने माझी हालत झालेली ... मधमाशीने डंख मारला की काट्याबरोबर तिचे आतडे तुटते आणि माशी मरते ... आपल्या त्वचेवर पिवळा स्राव थेंब दिसतो ...पुंजाबाबाने पोळ्यात हात घालून बरोबर राणीमाशी बोटांच्या चिमटीत पकडली ... काढली ... पंखांवर थुंकून

पटकन पेटीत टाकली ... त्यांचा सगळा हात पिवळ्या स्रावाने माखला होता ... मी मोजून १४७ डंख त्यांच्या हातातून उपसून काढले ... पण त्यांच्या चेहऱ्यावर वेदनेचा ओरखडा सुद्धा नव्हता!"

असे पुंजाबाबा म्हणजे त्र्यंबकेश्वर मधील आजचे भगीरथ आहेत हे कोणाला माहीतही नसेल! भगीरथाने स्वर्गातील गंगा पृथ्वीवर आणली ... त्र्यंबकक्षेत्री श्री गौतम ऋषींनी गोदावरी आणली ... तसे आज ब्रह्मगिरी वर जे ५०-६० दुकानदार आहेत त्यांची पाण्याची सोय कशी झाली आहे? तो पाण्याचा साठा तीस वर्षांपूर्वी पुंजाबाबांनी शोधलेला आहे. ब्रम्हगिरीवर पुंजाबाबांनी मधमाशीच्या पोळ्या पासून ते पाण्यापर्यंत पाच किलोमीटरपर्यंत एका मधमाशीचा पाठलाग केला ... निरीक्षण केले ... ती मधमाशी बारीक छिद्रातून आत घुसून पाणी पिऊन यायची ... पुंजाबाबांनी बारीक खडा टाकला ... डुबुक आवाज आला ... मग बारीक नळी त्या छिद्रातून टाकली ... पाणी लागले ... अशा प्रकारे तो पाण्याचा साठा पुंजाबाबांनी शोधला ... ज्याच्यावर आज ब्रम्हगिरीवरील सर्व दुकानदारांची

पाण्याची गरज भागत आहे! पुंजाबाबां सारख्या दुर्मिळ प्रजातीच्या निसर्ग सेवकाला पर्यावरणपूरक प्रणाम!

कपाळी केशरी टिळा : रतन अंबापुरे

कपाळी लावलेला टिळा म्हणजे जणू अध्यात्मिक आधार कार्ड असते! उभा टिळा, आडवा टिळा, भस्माचा त्रिपुंड्र, कुंकवाचा गोल टिळा, चंदन तिलक, भंडाऱ्याचा मळवट ... शैव, वैष्णव, शाक्त, रामदासी आणि वारकरी संप्रदायाचे जणू आयकार्ड असलेला टिळा! नाशिक त्रंबक सारख्या तीर्थक्षेत्री हा टिळाच काही कुटुंबांचे रोजीरोटीचे साधनही आहे. आलेल्या भाविक पर्यटकांच्या कपाळावर टिळा गंधाची मुद्रा उठवून स्वखुशीने जे मिळेल त्यात समाधान मानून जगणाऱ्या रतन भीमा अंबापुरे यांची ही ऑफबीट कहाणी ...

"माझं नाव बगा रतन भीमा अंबापुरे ... इढंच पहिन्याला राहतो ... वय काय आसंल साठ-पासठ ... शाळा काही शिकेल नाही. शिक्षण नाही म्हणून तर आयुष्याची बरबादी झाली बगा ... आता काय लई गेलं आणि थोडं राहिलं बगा..."

साठी ओलांडलेले रतन बाबा त्यांची कहाणी सांगत होते. पांढरा पायजमा, पांढरा शर्ट, डोक्यावर पांढरी टोपी,

टोपीतून डोकावणारे चंदेरी केस आणि साठ वर्षांच्या आयुष्याने चेहऱ्यावर सुरकुत्यांच्या रुपात चिरखडलेली अनुभवांची जाळीदार लिपी! हातात प्लास्टिकची छोटी पेटी, पेटीत एका छोट्या पसरट बाटलीत गंधगोळीचा जाडसर ओला गंध, दुसऱ्या बाटलीत अष्टगंध, तिसऱ्यात काळा बुक्का ... लांब तारेचे दोन ठसे शिक्के ... एक आडवा गंध आणि दुसरा ओम नमः शिवाय! खराब बॉलपेनचा मागचा भाग अष्टगंध लावण्यासाठी आणि स्केचपेनचे गोल टोपण बुक्का लावण्यासाठी!

रतन बाबा म्हणाले "मी काय शाळा शिकेल नाही. आयुष्यभर बिगारी काम केले टेकाड्याकडे.. रोजी मिळायची तीस रुपये ... दिवसभर टिकाव हानून रस्ता खणायचा ... खड्डे खणायचे ... मालाच्या पाट्या वहायच्या आणि टाकायच्या ... पण ते काय खरं नाही बगा भाऊ! टिकाव हानून हानून हे हात बगा ... बगा कशे घट्टे पडले! आधी कौतुक वाटायचं हातावरल्या फोडांचं ... पण आता जिंदगीवर सगळे फोड जिरुन घट्टे पडले ... शिक्षण नाही ... शाळा शिकलो नाही ... मग वहा पाट्या ... खणा खड्डे ... आयुष्यभर रस्ता बांधकामावर काम केलं पण मला काही

माझ्या जिंदगीचा रस्ता गावला नाही! आता इथं देवाच्या दारात गंध टिळा लावतो लोकांना. सकाळी नऊ ते संध्याकाळी पाच पर्यंत उभा असतो ... इकडून तिकडे फिरत राहायचं ... देवाच्या दारात आलेले लोक देतात खुशीने पाच दहा रुपये. दिवसभरात दोन तीनशे रुपये मिळतात. अष्टगंध, बुक्का, गंधगोळीचे पन्नास गेले तरी दिवसाला दोनशे रुपये मिळतात. आता म्हातारपण आलं. पूर्वीसारखं दणक्यात काम जमत नाही. मग बरं आहे हेच ... नाही का? मला दोन मुलं आहेत. एकाचं लग्न झालं. दुसरा मोठी शाळा (कॉलेज) शिकतो. पोरं चांगली लायनीला लागावी एवढीच इच्छा आहे. मंडळी निंदनी खुरपणीच्या कामाला जाते. तिरमकराजाच्या किरपेनं बरं चाललं आहे बगा!"

नशिबी कष्टाचे कपाळ घेऊन आलेले रतन बाबा जीवनाचे तत्वज्ञान रोजच्या रोज जगत आहेत. शैव परंपरेत आडवा गंध आणि वैष्णव परंपरेप्रमाणे उभे गंध लावले जाते. गंध टिळा म्हणजे आपल्या संस्कृतीत अस्मितेचे प्रतीक आहे. उभा टिळा म्हणजे द्वैत ... उन्नतीचे, प्रगतीचे निदर्शक आहे. पाय जमिनीवर ठेवून माथा उंच आकाशाला भिडवणारा आहे.आडवा टिळा म्हणजे सत्व, रज, तमाचे तीन

पट्टे आहेत ... आडवा टिळा म्हणजे त्यांच्या पलीकडे जाऊन भूमातेच्या कुशीत पहुडणे होय. आपण जेव्हा जेव्हा भूमीच्या जवळ जातो त्यावेळी आपल्याला सुखाची अनुभूती होते. झोपेत तुम्ही आडवे होता, भूमीशी कनेक्ट होता आणि रिचार्ज होता! त्यांचे जीवनविषयक तत्त्वज्ञान ऐकून मला एवढेच कळाले की चंदन अष्टगंधाच्या सुगंधा पेक्षा घामाचा गंध अधिक सुवासिक असतो! भोलेनाथ श्रीशंकराने भगीरथाने आणलेली गंगा आपल्या जटेत झेलली आणि तिचे इकडेतिकडे उडालेले तुषार म्हणजे रतन बाबांच्या कपाळावरील घामाचे मोती आहेत! कष्टाच्या कुशावर्तात देहाची गंध गोळी उगाळून भाकरीची भक्ती करणाऱ्या रतन बाबांच्या कष्टाला सलाम!

डोळसांना दृष्टी देणारा कृतज्ञ ब्लॉगर : श्रीसाईगणेश

पंधरा ऑक्टोबर रोजी जागतिक अंध दिन आहे. त्यानिमित्ताने श्रीसाईगणेश म्हेत्रे नावाच्या तरुण ब्लॉगरची ही कृतज्ञ कहाणी! दृष्टी म्हणजे फक्त पाहणे नाही तर नजर देणे ... व्हिजन देणे होय. श्रीम्हेत्रे माय थॉट्स ब्लॉगस्पॉट डॉट कॉम या ब्लॉगद्वारे इंग्रजी आणि जर्मन भाषेतून समाजाला कृतज्ञतापूर्ण जगण्याची नजर देणारा ऑफबीट तरुण ब्लॉगर म्हणजे श्रीसाईगणेश होय!

नाशिकच्या एचपीटी महाविद्यालयात द्वितीय वर्ष कला (अर्थशास्त्र) या वर्गात शिकणारा १९ वर्षे वयाचा हा तरुण. जून २०१६ पासून ब्लॉग लेखनाला सुरुवात केली. काही सुचतच नव्हते त्यामुळे पहिल्या दोन ब्लॉगमध्ये रेडिओवर ऐकलेल्या कथा मांडल्या. त्यादरम्यान त्र्यंबकेश्वर जवळील पहिने घाटात पावसात फिरायला गेला होता. सर्वांगाने मनसोक्त पाऊस भोगण्याचा तो अनुभव आतून आला आणि ब्लॉग लेखनाची स्वतंत्र वाट सुरु झाली.

श्रीसाईगणेशच्या ब्लॉगचे वैशिष्ट्य म्हणजे त्यात इतर कोणाचेही संदर्भ नसतात. कोणाचेही कोटेशन्स नसतात. तो स्वतःचा अनुभव स्वतःच्या शब्दात मांडत असतो. गुरुपौर्णिमा म्हणजे डे टु रिस्पेक्ट, रिमेंबर अ‍ॅंड थँक्स! आजकाल प्रत्येकाच्या जीवनात ताणतणाव असतात. "हाऊ आर यू?" असं कोणी आपल्याला विचारले तर आपली काळजी करणारे कुणीतरी आहे या भावनेने आपला ताण हलका होतो. चेहऱ्यावर हसू फुलते. आपण आनंदी होतो. तसेच "थँक्यू" या ब्लॉगमध्ये कृतज्ञतेची कावेरी खळखळून वाहतांना दिसते. आपण डॉक्टर, पेपरवाला, दूधवाला, वेटर यांना कधीच थँक्यु म्हणत नाही. आतून आलेले अनौपचारीक आभार आत्म्याच्या आकाशात आनंदाचे अंगण उजळून टाकत असतात! कृतज्ञता व्यक्त करणे हा आपल्या व्यक्तीमत्त्वाचा एक अविभाज्य भाग झाला पाहिजे. त्यामुळेच "अ‍ॅटिट्यूड ऑफ ग्रॅटिट्युड" हा ब्लॉग सर्वांना आवडला. त्यानंतर गाजलेला ब्लॉग म्हणजे "युफोरिक युरोप" युरोप, फ्रान्स, जर्मनीच्या प्रवासात जे अनुभवले ते शब्दचित्रात साकार केले. होय ... शब्दबद्ध नाही केले तर शब्दचित्र साकार केले! श्रीसाईगणेशच्या

लेखनाचे हे एक मोठे वैशिष्ट्य आहे. त्याचे लेखन आपण नुसते वाचत नाही तर आपण स्वतः त्या ठिकाणी आहोत असा आपल्याला अनुभव येतो. त्याची लेखनशैली चित्रमय आहे. वाचकाला हेसुद्धा माहीत नसते की हे सर्व लिहिणारा १०० टक्के अंध आहे! आपल्या अंधत्वाचे त्याने कुठेही भांडवल केले नाही. याचे श्रेय त्याची आई अवंती आणि वडील ऋषिकेश म्हात्रे यांना द्यावे लागेल. त्यांनी श्रीला इतर सर्वसामान्य मुलांप्रमाणेच वाढवले. "हे असे आहे... तू बघ" असेच त्याला म्हणत विविध अनुभवांना सामोरे जायला शिकवले. त्याची आई म्हणते की "अशा मुलाला आम्ही वाढवू शकतो याबद्दल परमेश्वराला खात्री वाटली, म्हणूनच देवाने श्रीचे आईवडील म्हणून आमची निवड केली!" जर्मन भाषेच्या गुरु विद्या पिंगळे यांनी त्याच्या व्यक्तिमत्त्वाला आकार दिला आहे .

नाशिकच्या मिसळवर त्याचा ब्लॉग आहे. "मील फुल ऑफ हॅपिनेस". आनंदाने ओतप्रोत जेवण म्हणजे मिसळ होय. मिसळीच्या निमित्ताने यारदोस्त, नातेवाईक एकत्र येतात. मटकी, कांदा, शेंगदाणे, लिंबू, शेव जसे एकजीव होऊन गेलेले असतात तसे मिसळीमुळे

नातेसंबंधात माणसे एकजीव होतात. "टेन पॉझिटिव्ह ऑफ इंडिया" यात भारतातील दहा सकारात्मक बाबी मांडल्या आहेत. "सेलिब्रेशन ऑफ रिलेशन" यातून काकू या नात्याबद्दल कृतज्ञता व्यक्त केली आहे. "मॅजिकल पीपल" मधून अभिजात ग्रंथ लेखकांना कृतज्ञ अभिवादन केले आहे. खरेतर ब्लॉग लेखनाला सुरुवात करण्याचे कारण समाजाबद्दल, देशाबद्दल, या जीवना बद्दल कृतज्ञता व्यक्त करणे हेच आहे!

सायकल, स्केटिंग, ट्रेकिंग, बुद्धिबळ, क्रिकेट या खेळांसह स्मार्टफोन आणि संगणक कुशलतेने हाताळणाऱ्या श्रीचा लहान भाऊ आर्यन हा मित्रासारखा आहे आणि मित्र संस्कार जानोरकर हा भावासारखा आहे. पियानो वादन करणारा श्री अंधार उजेडाच्या काळ्यापांढऱ्या पट्ट्यातून सामीलकीचा "सा" साकारत आहे. आज "वापरा आणि फेका" च्या मतलबी उन्हात ब्लॉग लेखनातून कृतज्ञतेची सावली देणारा श्रीसाईगणेश म्हणजे 'डिसएबल नसून 'डिफरंटली एबल' आहे!

रस्त्यावरचा समाजसेवक : मुन्ना महबूब शेख

काही चेहरे आपल्याला रोजच 'दिसत' असतात पण आपण कधी त्यांच्याकडे 'पाहत' नसतो! सार्वजनिक वाचनालयाच्या बाहेर हातगाडीवर जुनी पुस्तके विकणारा मुन्ना महबूब शेख हा असाच एक नेहमी दिसणारा चेहरा. गेल्या ४० वर्षांपासून जुनी पुस्तके स्वस्तात विकणारा मुन्नाभाई म्हणजे एक गुमनाम समाजसेवकच आहे! अत्यंत चांगली, दुर्मिळ, उपयुक्त पुस्तके स्वस्तात उपलब्ध करून देणाऱ्या रस्त्यावरील समाजसेवकाची ही ऑफबीट कहाणी!

"मेरा नाम मुन्ना मेहबूब शेख... उमर लिखो ७२साल... पढाई सिर्फ पॉचवी कक्षा तक.... उसके बाद पूरानी किताब बेचने के इस धंदेमें आना पडा..."

मुन्नाभाई त्याची कहाणी सांगत होता. त्याचे वडील सेवानिवृत्त प्रेस कामगार होते. ते सेवानिवृत्त झाल्यावर त्यांच्या जागी मुन्नाला नोकरी लावण्याचे त्यांचे स्वप्न होते, पण ते काही शक्य झाले नाही. घरची परिस्थिती दिवसेंदिवस खालावत चालली होती. घरात बारा

वर्षांच्या मुन्नाभाईला कर्ता कमावता पुरुष बनणे आवश्यक होते. उर्दू शाळेत इयत्ता पाचवीत शिकणारा मुन्ना आपले मामा अब्दुल कादिर यांच्या हाताखाली जुनी पुस्तके विकण्याच्या व्यवसायात आला. मेन रोडला विजयानंद थिएटर समोर त्यावेळी रस्त्यावर जुने पुस्तक विक्रेते बसायचे. जुन्या पुस्तकांमध्ये एक दुर्लक्षित पुस्तक बनून मुन्ना धंद्याची लाईन शिकत राहिला!

त्या वेळी धार्मिक आणि लैंगिक विषयांवरील पुस्तके मासिकांना खूप मागणी होती. मामासोबत मुंबईला जुन्या पुस्तकांचा लॉट खरेदी करण्यासाठी मुन्ना पण जाऊ लागला. हळूहळू धंद्यातील खाचाखोचा समजू लागल्या. बाजारात कोणती पुस्तके पटकन खपतील त्या विषयांचा आणि लेखकांचा अंदाज घेऊ लागला. हळूहळू धंद्यात जम बसू लागला आणि मग मुन्नाने हाच व्यवसाय स्वतंत्रपणे करण्याचे ठरवले. मामा अब्दुल कादिर यांनी मला घडवले. त्यांचे खूप उपकार आहेत हे कृतज्ञतेचे निरांजन आजही मुन्नाच्या मनात तेवत आहे!

मेन रोडला २२ वर्षे रस्त्यावर बसून पुस्तक विक्रीचा व्यवसाय केल्यानंतर तेथून स्थलांतरीत लागले.

त्यानंतर मग आर्थिक जुगाड करून एक जुनी हात गाडी घेतली. त्यावर फिरती पुस्तक विक्री करता करता साईखेडकर नाट्यगृहाजवळ मुन्नाला नाशिक मधील जाणकार, रसिक, पब्लिकचा शोध लागला आणि गेल्या वीस वर्षांपासून सार्वजनिक वाचनालयाच्या बाहेर त्याची पुस्तक विक्रीची गाडी नित्यनेमाने उभी असते. दुपारी तीन ते रात्री आठपर्यंत याठिकाणी गाडी लावून जुनी पुस्तक विक्री सुरू असते. त्यावरच घर संसार सुरू आहे. दिवसभरात दोन चारशे रुपये मिळतात. आता मुलगा मोहम्मद मुजम्मिल हासुद्धा हाताशी आला आहे. त्याच्या मदतीने पुस्तकाच्या पानांपासून पोटा पर्यंतचा प्रवास सुरू आहे.

आता वाचकांची आवड बदलली आहे. आता व्यवसाय मार्गदर्शन, प्रेरक चरित्रे, योगा, यशोगाथा, माइंड पॉवर आणि बालसाहित्याची मागणी असते. यात काही जास्त मार्जिन मिळत नाही आणि रस्त्यावरचा माल म्हणून ग्राहकही कमीच भाव देतात. कॉलेजचे तरुण स्पर्धा परीक्षा मार्गदर्शन पुस्तकांच्या शोधात असतात. सेवानिवृत्त मंडळी आरोग्य आणि अध्यात्मिक पुस्तके घेतात. लहान मुलांसाठी

बालसाहित्याला फार मोठी मागणी आहे. 'हाऊ टू' प्रकारातील पुस्तकेही मोठ्या प्रमाणात खपतात. गरजू वाचकांना त्यांच्या आवडीची दुर्मीळ पुस्तके अत्यंत कमी किमतीत उपलब्ध करून देणे ही एक प्रकारे समाजसेवाच आहे ना?

मुन्नाभाईचा पुस्तकांच्या गाडीसोबत फोटो काढताना मला वाटले की माझे जीवनही या जुन्या पुस्तकांच्या हातगाडी सारखेच तर आहे! आई वडिलांचे संस्कार, इतरांचे विचार, शाळेतील पोटभरू शिक्षण,मित्रांचे मार्गदर्शन अशा 'सेकंड हॅन्ड' गोष्टींवर माझे पोषण झाले! लेखमालेसाठी दर आठवड्याला 'विषय 'शोधणारी माझी नजरही 'सेकंड हॅन्ड' बनून गेलेली आहे! मी आयुष्याच्या चकचकीत मॉल मध्ये सुसज्ज दुकान विकत घेऊ शकत नाही! रस्त्याच्या कडेला धूळ, वारा, ऊन, पावसात माझ्या आयुष्याच्या लोटगाडीवर अनुभवांची 'सेकंड हॅन्ड' पुस्तके घेऊन उभा आहे! सर्वांना मी रोजच 'दिसतो' पण कोणीही माझ्याकडे 'पाहत' नाही!

केरसुणीची कष्टकहाणी : दीपक आल्हाट

'स्वच्छ भारत' मोहिमेमुळे स्वच्छते सोबतच केरसुणी, झाडूचे महत्त्व आपणा सर्वांनाच पटलेले आहे! आज लक्ष्मीपूजनाच्या दिवशी सोने चांदी, नोटा नाणी, वही खाते यापेक्षाही केरसुणी पूजनाला अत्यंत महत्त्व आहे. ही केरसुणी बनविणारे परंपरागत कारागीर असलेले दीपक विश्राम आल्हाट यांची ही कहाणी! केरसुणीची कष्ट कहाणी!

"माझे नाव दीपक आल्हाट. वय लिहा तुमच्या अंदाजाने. शिक्षण सातवी पास आहे. आम्ही मातंग समाजाचे. हे सूप, टोपली, केरसुणी बनवण्याचा परंपरागत व्यवसाय करतो. राहतो देवळाली गावात. रोज येथे गंगेवर येऊन हा व्यवसाय करतो. वडील स्वतः हाताने सूप, शिराई बनवायचे. मी पण शिकलो पण आता वयोमानाने निभत नाही बघा! वाडवडील सांगायचे की पूर्वी आम्हाला खूप मान होता. शुभशकुन मानायचे आमचा. गुऱ्हाळ सुरू करताना आधी आमचा आशीर्वाद घ्यायचे. होळी, पोळ्याला आमचा मान असायचा. आता समाजात बाबासाहेब आणि

अण्णाभाऊं मुळे शिक्षणाचे प्रमाण वाढले आहे. त्यामुळे 'दे दान सुटे गिऱ्हान' कमी झाले आहे. माझे वडील सांगायचे की पूर्वी चोर सुद्धा बरकतीसाठी पहिली बोहनीची चोरी आमच्या घरी करायचे! आता आमच्या घरात त्यांना काय मिळणार? पण शुभशकुन म्हणून गुपचूप आमच्या घरात येऊन माठातील पाणी पिऊन जायचे!

ही लक्ष्मी बनवायला शिंदीचा फडा लागतो. लक्ष्मी म्हणजे तुम्ही तिला केरसुणी किंवा शिराई म्हणतात, पण आमच्यासाठी ती लक्ष्मीच आहे! शिंदीच्या झाडाचा फडा कापायचा. तेव्हा तो हिरवा असतो. त्याला सुकवायचे उन्हात. मग काठीने झोडपून, झटकून काढायचे. वाळल्यावर झटकणी झाल्यावर अखंड फड काढायचा. म्हणजे बारीक पत्ती काढायची. मग त्या पत्तीचा पुड म्हणजे मुठ्ठा बांधायचा. त्याचे चार प्रकारचे डिझाईन बनवायचे. कोणते चार प्रकार? गजरा, नागमूठ, गोलमूठ आणि वेणी असे चार डिझाईन असतात. त्याच्याशिवाय छोटी बच्ची (लहान केरसुणी) बनवायची. वाटतं तितकं सोपं नसतं भाऊ हे! शिंदीच्या पानांना टोकाला काटे असतात. त्या फडाची मग झोडणी करावी लागते. शिंदीची जातच लय

चिवट असते बघा! लवकर तुटत नाही. मूठ बनवली का पुढच्या बाजूला लक्ष्मी पसरट करायची. पुन्हा तिची किसनी करायची. म्हणजे खिळ्यांच्या ब्रशने विंचरायची... झटकायची... का झाली लक्ष्मी तयार!

खेडेगावातले लोक आजही केरसुणीला लक्ष्मी मानतात. तिला चुकून पाय लागला तर नमस्कार करतात. केरसुणीची घरातली राहण्याची जागा म्हणजे दारामागे! ती नेहमी आडवी ठेवतात. उभी ठेवत नाही. का? लक्ष्मी उभी ठेवली तर ती घरात जास्त थांबत नाही आणि पाहुणे जास्त येतात असे वाडवडील सांगायचे!

केरसुणीची लांबी कमी असल्यामुळे खाली वाकून झाडावे लागते. त्यामुळे काय होते? अहो, कमरेचा व्यायाम होतो ना चांगला! केरसुणी वापरून वापरून खराब झाली का तिचा बुडखा होतो. मग त्याचा उपयोग तुळशीजवळ, अंगणात शेणाचा सडा मारायला करायचे. आता काय चकाचक टाईल फरशीची घरे असतात! फरशी झाडायला कंपनीचे लांब नायलॉन धाग्याचे झाडू मिळतात पण तरी अजूनही केरसुणीचे महत्त्व कमी झालेले नाही. म्हणूनच लक्ष्मीपूजनाला केरसुणीची पूजा करतात ना? केरसुणी

सोबतच आम्ही सूप आणि टोपल्या पण बनवतो. टोपली बनवायला बांबूचे नहार,पात,काडी आणि वळ असे चार प्रकारचे मटेरिअल लागते!

मी कधी भद्रकालीत माल विकायला बसतो. कधी येथे गंगेवर सांडव्यावरच्या देवी मागे बसतो. दिवाळीत चांगला धंदा होतो. चाळीस रुपयाला एक केरसुणी विकतो... पण गिऱ्हाईक फारच अडून पाहायला लागले तर पंचवीस तीस रुपयाला देऊन भांडवल मोकळे करतो. दिवसभरात मिळतात शंभर-दीडशे रुपये. त्याच्यावरच पोरांचे शिक्षण केले. घर संसार या लक्ष्मीच्या कृपेने चालला आहे. बारीक काडी काढायला मेहनत लागते भाऊ! बारीक शेवईवानी काडी काढायची म्हणजे मोठी कलाकुसर लागते! शिळका बोटात घुसतात ... पण कष्टाबिगर भाकर भेटेल का भाऊ?"

रंग माखलेला कॅनव्हास : अनिल माळी

चित्रकाराच्या स्टुडिओतील कॅनव्हास म्हणजे असते एक खिडकी ... ज्यातून चित्रकार निसटू पाहतो किंवा स्वतःला कैद करून घेतो स्वतःच्या शोधात! एक एक पेंटिंग म्हणजे असते चित्रकाराची सोललेली त्वचा! अनाम आनंदाने आपल्या अस्तित्वाचा अर्थ उलगडून दाखवतात चित्र! नाशिकच्या चित्रकला परंपरेत अमूर्त शैलीने स्वतःचे वेगळे स्थान निर्माण करणारा, सर्वांगावर रंग माखलेला कॅनव्हास म्हणजे अनिल मुरलीधर माळी!

अनिल माळी यांची चित्रे पाहताना आपल्याला जाणवते की ही निव्वळ दिवाणखान्याची सजावट वाढवणारी चित्रे नाहीत. त्यातील रंगलेपन स्वतःच्या अस्तित्वाची जाणीव करून देते. विना शीर्षकाची अमूर्त रंगकविता असेच या चित्रांबाबत म्हणता येईल! त्यातील काळ्या रंगात गूढ निळा रंग भरलेला आहे. त्या चित्रात झाडे, प्राणी, डोंगर यांच्या बाह्यरेषा स्वतंत्र दिसत नाहीत तर पार्श्वभूमीशी प्रवाही नाते जोडून रंग आणि रेषा एकत्र वाहतांना दिसतात. त्यातील धबधब्यातून पाण्यावर पाणी

पडत असतांनाचा आवाज ऐकू येतो! गर्द रानातील शेवाळलेल्या पायऱ्यांवरून हिरवे हसणे ऐकू येते! त्यांच्या ब्रशचे फटकारे दाखवतात तारुण्याची रग आणि ऐकवतात जगण्याची जिंगल!

माई लेले श्रवण विकास विद्यालयातून कलाशिक्षक म्हणून सेवानिवृत्त झालेले अनिल माळी त्यांचा कलाप्रवास मांडत होते... "माझे शिक्षण बिटको बॉईज शाळेत झाले. भि.रा. सावंत, कमलाकर यार्दी आणि रामदास महाले या शिक्षकांनी मला घडवले. शालेय चित्रप्रदर्शनात आमची चित्रे आवर्जून लावायचे. खूप आनंद वाटायचा. आम्ही त्यावेळी भद्रकालीत रहायचो. शेजारच्या बागुल वाड्यातील डॉक्टर शिवाजी बागुल मला चित्र काढायला लावत. चित्र काढून दिल्यावर सुरती फरसाण मध्ये नेऊन भजी खाऊ घालत! मी इयत्ता सहावीत असताना माझे चित्र साप्ताहिक गावकरीत प्रसिद्ध झाले. त्याचे पाच रुपये मानधन मिळाले होते. तो माझ्या जीवनातील सर्वोच्च आनंदाचा क्षण! दहावीनंतर नाशिक कलानिकेतनला प्रवेश घेतला. तेथे शिवाजीराव तुपे सर भेटले. ते त्र्यंबक भागात पेंटिंगसाठी जायचे. त्यांच्यासोबत माझ्या चित्रकलेला शिस्त लागली.

१९८५ ला डिप्लोमा पूर्ण झाला. तुपेसरांच्या आशीर्वादाने कला शिक्षक म्हणून नोकरीला लागलो. शाळेतील कर्णबधीर मुलांच्या चित्रांचे प्रदर्शन भरवले. दिवाळी भेटकार्ड बनवले. त्याच्या विक्रीतून शाळेला निधी मिळवून दिला.

त्यानंतर विवेक गरुड यांच्या 'स्वप्नगंधा' संस्थेसाठी राज्य नाट्यस्पर्धेत नेपथ्य केले. सलग तीन वर्षे पारितोषिक मिळविले. चित्रकाराने इतर ललित कलांचा अभ्यास केलाच पाहिजे हे माझे ठाम मत झाले. १९९९ साली इगतपुरी येथे जाऊन विपश्यना साधना केली आणि आतला प्रवास सुरू झाला. माझा आतला आवाज मला आवाज देऊ लागला. अमूर्त शैलीची माझ्या चित्रात सुरुवात झाली. इतर बाह्य नश्वर तपशील वगळून त्यातील आतले स्वत्व... आतला प्रकाश पकडण्याची धडपड सुरू झाली. रंगांना निखळ रंग म्हणून पाहू लागलो आणि त्यातून 'पोत-दृक संवेदना' हे फक्त काळ्या रंगावर आधारित चित्र प्रदर्शन झाले!या सर्व चित्र प्रवासात माझे वडील मुरलीधर पांडुरंग माळी आणि काका ह. भ. प. रामकृष्ण माळी यांनी सतत प्रेरणा दिली. पत्नी निशाने संसारातील व्यावहारिक बाजू

पूर्णपणे सांभाळून मला संपूर्ण कॅनव्हास मुक्तपणे खेळण्यासाठी उपलब्ध करून दिला!"

अनिल माळी यांच्या चित्रात आपल्याला दिसतात स्वतःचा रंग शोधणारे रंग. रंगांचे व्यक्तिमत्त्व शोधणारा हा चित्रकार आकार आणि अवकाश यात समतोल साधत जातो. आशय निर्मितीचा शोध घेताना त्यांची चित्रे रंगभाषेची नवी लिपी उलगडतात. त्यामुळेच झाडासारखे झाड न काढता त्याची वाढ आणि 'झाड पण' ते रंगातून दाखवतात. रंगांच्या नातेसंबंधांचा गोतावळा प्रत्येक कॅनव्हास अधिक श्रीमंत करत जातो. ही चित्रे आपल्याला बोलावतात. आपल्याशी संवाद करतात. रंगातून परावर्तित होणारी कविता म्हणजे ही चित्रे आहेत! रंग, आकार आणि अवकाशाचे लय, गती आणि तोल यातून दर्शन होते. आतून येणारा प्रकाश अनुभवायला येतो. रंगांचा तळ खरवडून अर्थाचे पापुद्रे उडून जातात. उरते फक्त निरपेक्ष, निराकार साकार करणारे आरपार, पारदर्शी अस्तित्व!

गणिती गुरुशिष्य : कापरेकर आणि गोटखिंडीकर

मोबाईल फोनचे क्रमांक निर्माण करण्याच्या प्रक्रियेत एका नाशिककर गणितज्ञाचे योगदान आहे! बँकेचे एटीएम कार्ड वरील सोळा अंकी संख्या आणि आपण टाकत असलेला चार अंकी पिन नंबर यांच्या गणिती क्रियेसाठी एका नाशिककर गणितज्ञाने शोधलेल्या अंकांच्या गुणधर्माचा उपयोग होतो! त्या महान गणितज्ञाचे नाव आहे दत्तात्रय रामचंद्र कापरेकर! आबा शिंगणे आणि प्रा. दिलीप गोटखिंडीकर यांनी सांगीतलेली ही गणिती गुरुशिष्यांची ऑफबीट कहाणी...

अंकमित्र दत्तात्रय रामचंद्र कापरेकर ७६वर्षे नाशिक मध्ये राहत होते. प्रज्ञावंत गणिती असलेले कापरेकर देवळाली कॅम्पच्या झोराष्ट्रीयन शाळेत शिक्षक म्हणून १ जून १९३० रोजी रुजू झाले. पारशी शाळा बंद झाल्यावर १९४३ ते १९६२ या काळात देवळाली कॅन्टोन्मेंट स्कूल मध्ये शिक्षक म्हणून नोकरी केली... १९६६ मध्ये त्यांच्या पत्नी इंदिराबाई यांचे निधन झाल्यावर १९६६ ते १९८६ या काळात ते तिळभांडेश्वर गल्लीतील ‘अभिनव

भारत' च्या शेजारच्या खोलीत राहत होते. कोण होते हे आंतरराष्ट्रीय कीर्तीचे गणितज्ञ कापरेकर?

कापरेकर यांचा जन्म १७ जानेवारी १९०५ रोजी महाड येथे झाला. त्यांचे चौथीपर्यंत शिक्षण ठाणे महापालिकेच्या शाळेत झाले. माध्यमिक शिक्षण ठाणे येथील बेहरामजी जीजीभाई हायस्कूलमध्ये झाले. तर पुढील शिक्षण फर्ग्युसन कॉलेज पुणे येथे झाले. बी. एस. सी. नंतर त्यांनी सेकंडरी टीचर्स कोर्स पूर्ण केला आणि देवळाली येथे शिक्षक म्हणून रुजू झाले. त्यांना बालपणापासून संख्यांबद्दल विशेष आकर्षण होते. संख्यांतील गुणधर्म शोधण्याचे त्यांना उपजतच ज्ञान होते. त्यांनी आयुष्यभर मनोरंजक गणिताचा प्रसार केला. इंडियन मॅथेमॅटिकल सोसायटीचे सभासदत्व मिळविणारे ते एकमेव माध्यमिक शिक्षक होते. डेम्लो संख्या, कापरेकर स्थिरांक, स्वयंभू संख्या, पेलोन्ड्रोमिक संख्या, दत्तात्रय संख्या, मर्कट संख्या, हर्षद संख्या, विजय संख्या यांचा त्यांनी शोध लावलेला आहे. राष्ट्रीय आंतरराष्ट्रीय पातळीवर त्यांच्या शोधनिबंधांना मान्यता मिळालेली आहे. ४ जुलै १९८६ रोजी त्यांचे निधन झाले. त्यांच्या शेवटच्या दिवसात

दिपक गोविंद साठे यांनी त्यांची खूप सेवा केली. प्रा. दिलीप गोटखिंडीकर हे कापरेकर यांचे शिष्य आजही गणित प्रसाराचे कार्य मोठ्या उत्साहाने करत आहेत.

प्रा. दिलीप गोटखिंडीकर कापरेकर सरांबद्दल भरभरून सांगत होते ... "आज माझे वय सत्तर वर्ष आहे. त्यानिमित्त गणित प्रसारासाठी ७० व्याख्याने मी देणार आहे, त्यातील २२ व्याख्याने झालीत आणि माझ्या सर्व यशाचे श्रेय माझे गुरु कापरेकर सरांना आहे! इयत्ता सहावीत असताना एका गणित प्रश्न मंजुषेच्या निमित्ताने मी कापरेकरांच्या संपर्कात आलो आणि गणितातील अगणित आनंदाने माझे आयुष्य उजळून निघाले! दीपक साठे आणि मी आम्ही दोघे म्हणजे त्यांचे हात पायच बनलो होतो! शोधनिबंध परिषदांसाठी प्रवासात त्यांच्यासोबत जाताना ते कितीतरी गणिती गमती उलगडून दाखवत. परमेश्वराच्या कृपेने मला खूप गुरु सेवा करायला मिळाली हे माझे भाग्य समजतो. त्यांच्या निधनानंतर जयपूर येथे सरांचा शोध निबंध मी वाचला! त्यांच्याच प्रेरणेने मी आजवर ३६ देशातील ६० विद्यापीठात व्याख्याने दिली. शोधनिबंध सादर केले. गणित ऑलिंपियाड, एन. टि्. एस.

च्या प्रश्नपत्रिका काढणे, विश्वकोश निर्मिती मंडळात गणित विषयक नोंदींचे लेखन, गणित छंद आनंद त्रैमासिक आणि माझी ७३ प्रकाशित पुस्तके यातून मी गुरूचे ऋण फेडण्याचा प्रयत्न करीत आहे! चाळीसगाव जवळ पाटणादेवी येथे भास्कराचार्य गणित नगरी उभारणीच्या कार्यात आता मी व्यस्त आहे. शंभर एकर परिसरात जगातील वैशिष्ट्यपूर्ण गणित नगरी उभारणीचे काम सुरु आहे!"

कापरेकर आणि गोटखिंडीकर या गणिती गुरु शिष्यांचे कार्य पाहून आपल्याला पटते की अनंताला आकलनाच्या कक्षेत आणण्याच्या प्रयत्नातूनच ज्ञानशाखांचा जन्म होतो! भौतिक शास्त्र, अभियांत्रिकी, अर्थशास्त्र, सांख्यिकी, संगणकशास्त्र, माहितीशास्त्र हे सर्व गणितावर आधारित असल्यानेच "गणितम् मूर्धनी स्थितम्" असे म्हटले जाते! तर्काधिष्ठित अनुमान पद्धती असलेले गणित सर्व शास्त्रांची राणी आहे हेच खरे!

मेंदू संशोधक गृहिणी : वैशाली हरसूलकर

आपले घर, संसार सांभाळून वयाची चाळीशी ओलांडल्यानंतर निव्वळ ज्ञानपिपासा म्हणून मेंदू संशोधनाच्या क्षेत्रात उतरलेल्या गृहिणी म्हणजे सौ. वैशाली अजय हरसूलकर! पती ग्लॅक्सो कंपनीत अधिकारी आहेत.मुलगी अपूर्वा बी. टेक. करते आहे आणि मुलगा निषाद अकरावीत आहे. कौटुंबिक जबाबदाऱ्या पार पाडल्यानंतर संगणक क्षेत्रातील पदव्युत्तर शिक्षणानंतर मेंदूसंशोधनाच्या क्षेत्रात उतरलेल्या गृहिणी सौ. वैशाली हरसूलकर यांची ही ऑफबीट कहाणी!

"मेंदू संशोधनाच्या क्षेत्रात मी जे काही लहानसे कार्य करीत आहे, त्याचे संपूर्ण श्रेय माझे मार्गदर्शक डॉ. अभिजीत शेळके आणि डॉ. विद्यासागर जोशी यांना आहे. मेंदूतज्ज्ञ डॉ. माधवी शेळके यांच्या बाल रुग्णालयातून मला या संशोधनाची प्रेरणा मिळाली. माधवीताई एका चार वर्षाच्या मतिमंद बालरुग्णाला तपासत होत्या. तपासून झाल्यावर त्यांनी त्या मुलाच्या आईला सांगितले -"काही काळजी करू नका! बरा होईल हा!" त्यांच्या त्या एका

वाक्याने त्या मातेच्या चेहऱ्यावरील चिंतेचे मळभ निघून गेले आणि मला डॉक्टरांमधील देवाचे दर्शन झाले. मेंदूच्या व्याधीग्रस्त रुग्णांची तपासणी ज्या आलेखाने केली जाते त्याला इलेक्ट्रो एनसेफॅलो ग्राफ म्हणजे ई. ई. जी. किंवा मेंदूचे विद्युत आरेखन असे म्हणतात.

माझे संपूर्ण संशोधन इंग्रजीतून आहे. 'लहान बालकांच्या मेंदू लहरी आलेखात येणाऱ्या नकोशा अडथळ्यांचा अभ्यास' हा माझ्या संशोधनाचा विषय आहे. बालकाच्या डोळ्यांच्या पापण्यांची उघडझाप करण्याच्या हालचालीवरून संगणकावर मी हा आलेख अभ्यास केला. मेंदूतज्ज्ञ डॉक्टरांना रुग्णसेवेत रोगनिदान करण्यात सुलभता येऊन मौल्यवान वेळ वाचावा यासाठी त्यांना मेंदू लहरीतील नकोसे अडथळे विविध फंक्शन वापरून काढून टाकल्यानंतरचा क्लीन ग्राफ देण्यासाठी मदत व्हावी हा माझा यामागचा उद्देश होता!

या संशोधनामुळे बघा माझा स्वार्थातून परमार्थ साधला गेला. मेंदू संशोधनामुळे मला आनंदी आणि सुदृढ राहण्याचे रहस्य कळाले. आपला मेंदू म्हणजे एक कल्पवृक्षच आहे. आपल्या मेंदूत अब्जावधी पेशी म्हणजे

न्यूरॉन्स असतात. एक मेंदू पेशी असंख्य तंतूशाखांच्या माध्यमातून दुसऱ्या पेशीला जोडलेली असते. दोन मेंदू पेशीत सूक्ष्म फट असते. त्यात मेंदू रसायने (न्यूरोट्रान्समीटर)असतात. ते संदेशवहनाचे काम करतात. मेंदूतील या विद्युतधारांची वारंवारिता (फ्रिक्वेन्सी) मोजणाऱ्या आलेखाला ई. ई. जी. म्हणतात. त्या आलेखावरून गॅमा, बीटा, अल्फा, थीटा आणि डेल्टा अशा पाच प्रकारच्या मेंदू लहरींचे ज्ञान होते. त्यात डेल्टालहरी सर्वात शांत असतात आणि गॅमालहरी सर्वात वेगवान असतात. डेल्टालहरींचे प्रमाण लहान बालकात जास्त असते. या लहरींचे प्रमाण समतोल असणे महत्त्वाचे असते. यांचे अति प्रमाण हे मतिमंदत्वाचे लक्षण असते .

आता स्वार्थातून परमार्थ कसा साधला गेला बघा. मनोविकारांच्या मागे मेंदूतील रसायनांचा समतोल बिघडणे हे मुख्य कारण असते. हा समतोल साधण्यासाठी योग आणि ध्यान यांची प्रचंड मदत होते. त्यामुळे मेंदूला 'क्षणस्थ' राहण्याची सवय लागते. ध्यान म्हणजे मनाला संयम शिकवण्याची कला. या ठिकाणी न्यूरोसायन्स आणि अध्यात्माचा संबंध दिसतो. अध्यात्म म्हणजे स्वतःचा

शोध.... सुखाचा शोध आणि सुखाचा शोध म्हणजे मेंदूत खूप आनंद देणारी सर्किट निर्माण करणे! आता ताणतणाव, भीती आणि चिंता पूर्णपणे टाळणे कोणाला शक्य नाही. ताणतणाव म्हणजे बाह्य परिस्थितीच्या दबावाला तोंड देण्याची क्षमता. भीती ही प्रत्यक्ष संकटावरील प्रतिक्रिया असते, तर चिंता ही संकटाची अपेक्षा म्हणता येईल! ध्यानामुळे आपण 'मी'ला गैरहजर करतो! सकारात्मक विचार म्हणजे पेशीं वरील चैतन्याचे आवरण असते तर नकारात्मक विचारांनी पेशी कुजतात. त्यामुळेच आज गूगल, आय. बी. एम. ॲपल अशा असंख्य कंपन्यात खास ध्यानकक्ष उभारले आहेत. ध्यानातून मनात नैराश्या ऐवजी प्रेम, करूणा आणि कृतज्ञतेचे भाव निर्माण होऊन मेंदूतील रसायने बदलतात. त्यामुळे मी स्वतः आनंदी झाले. आता समाज आनंदी व्हावा या भावनेतून मी ही आनंदाची किल्ली व्याख्यानांतून विद्यार्थी आणि पालकांपर्यंत नेत आहे!"

संतश्रेष्ठ श्री ज्ञानेश्वरांचे शास्त्रीय विचार

संतश्रेष्ठ श्री ज्ञानेश्वर महाराजांचा ७२४ वा संजीवन समाधी सोहळा सुरू आहे. घर, संसाराच्या व्यक्तिगत विश्वात रममाण असलेल्या आमच्या संकुचित मनात विश्वबंधुत्वाची पहाट व्हावी यासाठी हे माउली स्मरण! माणूसकीचे मूल्य विसरत चाललेल्या आमच्या मनात स्व धर्म सूर्याचा उदय होऊन समाजातील दुरितांचे तिमिर जावे यासाठी ज्ञानेश्वरीतील शास्त्रीय विचारांचे हे आॅफबीट दर्शन!

रत्नशास्त्रात गज, वराह, शंख, मत्स्य, सर्प, शिंपला, बांबू आणि मेघ अशी मोत्याची आठ उत्पत्ती स्थाने सांगितली आहेत. यापैकी सर्वात दुर्मिळ मोती म्हणजे मेघात निर्माण होणारा! वायूस्तरावर जो जन्म घेतो ... कडाडत्या विजेने बाहेर येतो ... पण पृथ्वीपर्यंत पोहोचण्याआधीच आकाशस्थ देवता तो मोती बळकावून बसतात! हजारो, लाखो वर्षातून एखादा 'मेघज' मोती देवतांच्या दैवी हातातून चुकून सुटून पृथ्वीला लाभतो ... त्याला आम्ही संत श्री ज्ञानेश्वर म्हणतो !

सदगुरु श्री निवृत्तीनाथांच्या कृपेने ग्रंथराज ज्ञानेश्वरीच्या तबकात कर्म, ज्ञान, भक्ती, योग आणि नामजप या पंचज्योतींचा प्रेम प्रकाश पसरला आहे. संतश्रेष्ठ ज्ञानरायांनी लिहिलेले ज्ञानेश्वरी, अमृतानुभव आणि चांगदेव पासष्टी हे तीन ग्रंथ म्हणजे मराठीतील प्रस्थानत्रयी आहे. 'नाथपंथीचा दंशु' अमृतानुभवातच आहे पण शिवसूत्रातील संदेश ज्या नाथपंथी खुबीने माऊलींनी ज्ञानेश्वरीच्या कोंदणात बसवून ठेवला त्यामुळे जनसामान्यांच्या जीवनात आगळीच 'परीस-पहाट' उगवली आहे! भक्तीसाठी कोणतेही बाह्य आचार ज्ञानोबांनी नाकारले. त्या काळात आध्यात्मिक शुद्धीकरणाचा हा बंडखोर विचार होता. तीर्थयात्रा, जप, तप, यज्ञ, व्रत, दान अशा कृतींना त्यांनी हरिपाठातून नकार दिला. दगडी दैवते नाकारुन मातीतील माणसाचे मोत्याचे मोल समजावले! श्रीविठ्ठलाच्या 'समचरणा'तून समता सांगीतली! त्यामुळे कोरडे कर्मकांड करणाऱ्या अंध समाजाला आत्मविश्वासाबरोबरच आत्मविकासाचा मार्ग सापडला!

अठराव्या अध्यायात माऊली खणखणीतपणे कर्मयोग सांगतात. कपाळी लावलेला टिळा पुसून टाकता

आला तरी देह रूपाने मूर्तिमंत कर्मच अवतरले असता ते कुणाला टाळता येईल का? माऊलींनी भक्तीयोगाला कर्मयोगाची जोड देऊन लोकसंस्थांचे रक्षण करण्याचे महत्व समाजाला दाखवून दिले. माऊली म्हणजे उपमा किरणांचे झळझळीत सूर्य आहेत! ज्ञान आणि विज्ञान मिळून समग्र सृष्टी साकारली आहे हे सांगताना त्यांनी सातशे वर्षांपूर्वी बरेच शास्त्रीय विचार सांगितले आहेत .

पाणी, तेज आणि धूम यांचा संगम होऊन आकाशात ढग बनतात (१८-३०८) सागर कधी आपली मर्यादा उल्लंघत नाही (२-३५७) चंद्राच्या आकर्षणाने सागराला भरती येते (१३-१३८) तारे असंख्य आहेत, पृथ्वीचे परमाणु व आकाशातील नक्षत्र मोजणे अशक्य आहे (१०-२५९) सूर्य स्वयंप्रकाशी आहे आणि चंद्र परप्रकाशी आहे (२-३६१) सूर्यप्रकाशाची गती प्रचंड आहे (५-८४) सूर्य मावळतांना दिसत असला तरी तो अचल आहे (४-९९) चंद्राला व सूर्याला ग्रहणे लागतात (१८-११०) अमावस्येलाही चंद्र सूर्य गगनात असतात (१८-२७३) वृक्ष-वनस्पतीत जीव आहे (१३-२३९) ध्वनी लहरींमुळे शब्द कानावर आदळतो (६-१५) समुद्राच्या पाण्याचे बाष्पीभवन होऊन मेघ बनतात (१५-११९)

आकाशात सप्तर्षी आहेत (१८-८७३) मेघांच्या घर्षणाने वीज उत्पन्न होते (७-५८) नाव पाण्यातून वेगात जाताना नदीतीरावरील वृक्ष पळताना दिसतात (४-९७) ध्रुव स्थिर असतो (१३-४८९) अशाप्रकारे शास्त्रीय विचार सांगत आम्हाला ज्ञानेश्वरीच्या अंगणात आणून आमच्या आयुष्याचे 'आनंदाचे आवारू' केले!

'निवृत्ती, ज्ञानदेव, सोपान मुक्ताई' असा गजर करताना अगोदर संसारातून निवृत्ती यावी लागते. त्यानंतर ज्ञानाचा सोपान चढल्यावर मग तिथून मुक्ती अशी कितीशी दूर असणार आहे? पण जीवन म्हणजे परमेश्वराला शोधायचा, हुडकून काढायचा खेळ आहे आणि हा खेळ खेळण्यासाठी म्हणून आमच्यावर देहाची खोळ घातली आहे, हे न समजणारे खुळे खुळखुळे आम्ही ... ज्ञानेश्वरीची नुसती पारायणे करत जातो वर्षानुवर्षे ... पण त्या अक्षरांमागील 'अ-क्षर' गुरुतत्व प्राप्त करण्याची पात्रता आमच्या अंगी येत नाही हे आमचे करंटेपण!

'रंग माझा वेगळा' : अनघा अतुल भगरे

नाशिक नगरीने आजवर अनेक कलाकार दिलेले आहेत. त्यातीलच आज अल्पावधीत गाजत असलेले नाव म्हणजे नाशिकची लेक अनघा अतुल भगरे होय! म्हसरुळला राहणाऱ्या अनघाची आई मोहिनी भगरे आदर्श शिक्षिका आहेत. वडील अतुल शास्त्री भगरे रोज सकाळी झी मराठीवर 'राम राम महाराष्ट्र' कार्यक्रमात दिसणारे प्रकांडपंडित ज्योतिषी आहेत. अनघाची स्टार प्रवाहवर 'रंग माझा वेगळा' मालिकेतील श्वेताची भूमिका अल्पावधीतच लोकप्रिय झाली तिचा हा आॅफबीट प्रवास ....

"हाय ,मी अनघा. स्टार प्रवाह चॅनेल वरील 'रंग माझा वेगळा' मालिकेतील तुमची आवडती श्वेता! नाशिक हीच माझी जन्मभूमी. माझे प्राथमिक शिक्षण अभिनव बालविकास शाळेत झाले. माध्यमिक शिक्षण सि.डि.ओ. मेरी शाळा आणि कॉलेज आर.वाय.के. लहानपणापासून मला डान्स, फॅन्सी ड्रेस, वक्तृत्व स्पर्धा, गॅदरिंग मध्ये भाग घ्यायला खूप आवडायचे आणि बेसिकली आई स्वतः लेखिका, डिरेक्टर असल्याने ते माझ्यात आले. आवड

निर्माण झाली पण करिअर म्हणून कधी त्याचा विचार नव्हता केला. बीएससी करतानाही मी कंफ्युज्ड होते की काय करायचे? फायनली मुंबईत मास कम्युनिकेशन कोर्स सापडला... पण प्रॅक्टिकली बघायला गेलं तर मी कुठले नाटक किंवा एकांकिकाही केली नव्हती. त्यामुळे मला त्याची गॅरंटी नव्हती पण मी असा निर्णय घेतला की मीडियात शिक्षण घेऊ आणि बघुया पुढे काय जमते ते. मूव्हीज फिल्डचा अभ्यास करावा म्हणून कांचन अधिकारी, किरण कुलकर्णी यांच्या मार्गदर्शनाखाली काम केले. सो...त्यानंतर खूप ऑडिशन केल्या. कुठेच काही जमले नाही. महेश कोठारेंकडे ब्रँड मॅनेजर म्हणून खूप एक्सपिरीयन्स मिळाला. सो... या क्षेत्रात पुढे जाता जाता यातील वर्क समजले आणि पुन्हा सुरुवात केली. 'व्हाट्सअप लग्न' मूव्ही साठी मदत केली. विश्वास जोशी सरांनी 'अनन्या' या नाटकासाठी ऑडिशनला बोलावले. प्रतापसरांना काम आवडले. जर्नी सुरू झाली. प्रमोद पवार, ऋतुजा बागवे अशा सीनियर कलाकारांसोबत काम करायला मिळाले. अनोळखी माणसे आपले काम

आवडल्यावर ॲप्रिसिएशन देतात तेव्हा खूप छान वाटते. खूप शिकायला मिळाले.

नंतर 'रंग माझा वेगळा 'साठी ऑडिशन दिली आणि आय गेस त्यांनी पहिल्याच ऑडिशनला श्वेता कॅरेक्टरसाठी सिलेक्ट केले. खूप छान एक्सपिरीयन्स आहे. कुठलाही बॅकग्राऊंड नसताना आपण जे हार्डवर्क करतो त्याचे फळ मिळतेच! मुंबईत येऊन मी शिकले कि मी शून्य आहे. मला अजून खूप शिकायचे आहे. राईट फॉर्म एक्झरसाइज, डान्स. तयारी सुरू आहे. बट आय ॲम डॅम शुअर की मला चांगली कामे मिळतील.

'रंग माझा वेगळा' मालिकेत माझा कॅरेक्टर निगेटिव्ह आहे. रियल लाईफ मध्ये मी तशी नाही. पण मजा येते आपण जे नाही ते प्ले करायला! 'रंग माझा वेगळा' चे डिरेक्टर चंद्रकांत लता गायकवाड सर खूप कमाल आहेत. पहिल्या आठवड्यात लोकांचे कॉम्प्लिमेंट आले काम आवडतं म्हणून ...त्यामुळे स्वतःवरचा विश्वास वाढतो! याचे सर्व श्रेय आई-वडिलांना जाते. ही आता सुरुवात आहे. खूप चांगले काम करायचे आहे. माझ्या नाशिकचं नाव मोठं करायचं आहे! सो ...थँक्यू !"

अनघाशी बोलल्यानंतर बऱ्याच गोष्टी अजून कळाल्या. तिला महाराष्ट्रीयन अन्नपदार्थ, पिठलं,भाकरी, ठेचा आणि कुळीथाचे शेंगोळे फार आवडतात. कपडे खरेदी आवडते. फिटनेस, जिम, योगा, डान्स, मार्शल आर्टची आवड आहे. रंग माझा वेगळा मालिकेत गोऱ्या रंगाचा पुरस्कार करणाऱ्या अनघाचा आवडता रंग काळा आहे! ही मालिका म्हणजे सौंदर्याची परिभाषा बदलवणारी आहे. रंगाबाबतच्या गैरसमजाबद्दल यातून प्रबोधन केले आहे. अंधश्रद्धा निर्मूलन, समाजसेवा, मोफत वैद्यकीय शिबीरांचा संस्कार दिला आहे. कातडीच्या वर्णापेक्षा मनातील सहसंवेदना आणि चांगुलपणा श्रेष्ठ असा संदेश दिला आहे! सोने जर अशुद्ध असेल तर ते तापवल्यानंतर काळे दिसते पण शुद्ध सोने तापवल्यावर कधीच काळे दिसत नाही!

अफवांचा आसुरी आनंद : एक विकृती

आमचे मार्गदर्शक 'नाशिक सकाळ'चे लिहिते संपादक श्रीमंत माने यांच्याशी चर्चा करत होतो, मागील आठवड्यात समाज माध्यमांवर पसरवण्यात आलेल्या विविध अफवांबद्दल माने साहेब अतिशय गंभीरपणे आणि कळकळीने बोलत होते. त्यांच्या विचारातून मला 'ऑफबीट'साठी हा विषय मिळाला. अफवांचा आसुरी आनंद ... एक विकृती!

अफवा म्हणजे काय असते? अफवा म्हणजे वस्तुस्थितीचा विपर्यास करणारी विकृत वाट असते! अफवा म्हणजे रावणपुत्र मेघनाद सारखी असते ... प्रकट होते ... लगेच गायब होते ... पुन्हा प्रकट होते! अफवा म्हणजे माहितीची मोडतोड करणारी काळी कला असते! कुरूप कपड्यातील कृष्णकृत्य करणारा कली असते! अज्ञान आणि विकृती हे अफवेचे आईबाप असतात! अफवा ही आश्चर्य आणि कुतूहल या जुळ्यांची जननी असते!

आज इंटरनेटच्या जगात 'कन्टेन्ट इज किंग' आणि 'डेटा इज ऑईल' असे म्हटले जाते. माहितीच्या

महामार्गावरील आभासी आकाशात आपण आपले स्थान शोधत असतो. फेसबुक, ट्विटर आणि व्हॉट्सऍप आज जगातील सर्वात मोठे देशच बनलेले दिसतात. स्मशानात भूतं नाचावीत तसे आता ही समाजमाध्यमे अफवा नाचवणारे मंतरलेले स्मशान बनलेले दिसते! 'फायर वॉल' आणि 'युआरएल' ला न जुमानता ‘रिमिक्स’ सत्याचे प्रयोग सादर होत आहेत आणि आम्ही फक्त प्रेक्षक पिढी बनून टच ...फॉरवर्डच्या टाळ्या पिटण्यात धुंद झालेलो आहोत!

अनेक विविध अफवा समाज माध्यमांवर लाइक्स फॉरवर्डचा धुमाकूळ घालत असतात. मुले पळविणारी टोळी, मंकी मॅन, चोटी चुडेल, चारित्र्यहनन, चंद्रात किंवा भिंतीवर चेहरा प्रकटणे, दैवी चमत्कारी झाड, प्रसिद्ध व्यक्तीचे निधन ... पैसा, सेक्स, सत्ता आणि मत्सर यातून अफवा पसरत जातात आणि वेगाने पसरणारी अफवा मीडियात बातमी बनते! गुटेनबर्ग ते गुगल या प्रवासात पवित्र मूल्यांचे मूर्तिपूजक नामशेष होत चालले आणि जग जळताना पाहण्यात आनंद मानणारी विकृती वाढत चालली! शाळेच्या मुतारीत काहीबाही लिहिणारे किंवा सुलभ शौचालयात

वेड्यावाकड्या आकृत्या रेखाटणाऱ्या विकृतांची पिलावळ समाज माध्यमात प्रचंड प्रमाणात पसरत चालली!

सिलिकॉन समुद्रातील या सुनामीचा विचार करताना तंत्रज्ञानाला दोष देण्यापेक्षा मानवी वर्तनच याला जबाबदार आहे हे लक्षात घेणे आवश्यक आहे. अफवांचे धागे आपल्या अवती भोवतीच असतात. अफवांचे आभासी हल्ले हे मीडिया आणि तंत्रज्ञानापेक्षा शब्द आणि धोरणाचे असतात. त्यामागे मानवी मन असते. समूहाचे मानसशास्त्र असे सांगते की जनमताची कदर नसल्याने समूहाची उपेक्षा होते. त्यातून वैफल्य, बेपर्वाई, गुंडगिरी वाढून समाजाचे कर्तृत्व गठाळते. बुद्धिवादी विचार कमी होऊन श्रद्धायुक्त अस्मिता पकड घेते. समूहात संख्या बळाने विवेक, संयम, तोल सुटून माणूस बेजबाबदार बनतो. स्व समूहाबद्दल कमालीची संवेदनशीलता वाढते. संदेश सूत्रांचा त्यावर तत्काळ परिणाम होतो. विचारापेक्षा विकाराची छाप कृतीवर पडते. अफवा करू इच्छिते हत्या चारित्र्याची! प्रतिष्ठेची! मानसन्मानाची! व्यवसाय उद्योगाची! भावना विचारांची! दुर्बल बनवणे, जखमी करणे किंवा नामशेष करणे हे अफवेचे हेतू असतात. अचूक माहितीची पोकळी

निर्माण झाली की तर्क, अनुमान, अटकळीची अफवा ती जागा भरून काढते. त्यातून राजकारण प्रदुषित होते, इतिहासाची मोडतोड होते, खोट्याचा खेळ आणि खऱ्याचा खेळ खंडोबा होऊन माणुसकी जखमी होते!

यावर उपाय काय? ज्या तलवारीने कापता येते तीच तलवार रक्षणासाठी वापरू शकतो! आपण समाज माध्यमांचा किती जागृतपणे वापर करतो त्यावर हे अवलंबून आहे. सकारात्मक बातम्यांना प्रोत्साहन दिले पाहिजे. अफवेचे महत्त्व किंवा संदिग्धता कमी केली की ती अफवा पटकन मरून जाते कारण ते अपुऱ्या दिवसांत जन्मलेले बाळ असते! अफवा पसरवून तिला नवा रंग देण्यापेक्षा जागीच निर्दयपणे खंडन करणे हा सोशल मीडियाचा शिष्टाचार बनला पाहिजे !सायबर लॉ प्रशिक्षण शाळा कॉलेजातून शिकवले पाहिजे! सायबर सेनानींचे सैन्य निर्माण केले पाहिजे! आभासी आक्रमणाच्या कुरुक्षेत्रावरील असे नवे दहशतवादी रोखले पाहिजेत! 'बिलिव्हर्स' कमी आणि 'सिकर्स' जास्त निर्माण झाले पाहिजेत!

गेले लिहायचे राहून : विनायकदादा पाटील

महाराष्ट्राच्या सामाजिक क्षेत्रात सांस्कृतिक संवेदनासाक्षर असलेल्या सुसंस्कृत माणसांपैकी एक म्हणजे विनायकदादा पाटील! राजकारण, समाजकारण, कला, क्रीडा, साहित्य, संगीत, शेती, शिक्षण अशा सर्व क्षेत्रातील दिग्गजांपासून ते उगवत्या अंकुरापर्यंत सर्वांचे 'मनाधिपती' असलेले विनायक दादा पाटील! परीस लोखंडाचे सोने करतो असे म्हणतात पण दादांसारखी सुसंस्कृत माणसे आपल्यातील भंगाराचेही सोने करून टाकतात! त्यांच्या अनुभव शब्दांनी आपल्याला श्रीमंत करणारे त्यांचे पुस्तक म्हणजे 'गेले लिहायचे राहून'!

विनायकदादा म्हणजे ज्याच्या पारंब्या बनण्यातही आपल्याला धन्यता वाटावी असा वटवृक्ष! म्हणूनच मुखपृष्ठावर सुभाष अवचट यांनी वटवृक्ष साकारला आहे !मलपृष्ठावर दादांचा कपाळी उन्हाचा मळवट भरलेला आणि खांद्यावर उन्हाचे मेडल मिरवणारा फोटो आहे. शिवशाहीर ब. मो. पुरंदरे यांना पुस्तक अर्पण केले आहे. दिलीप माजगावकर यांनी 'लिहिते रहा' अशी प्रस्तावना

दिली आहे. या पुस्तकात चार भाग आहेत ... स्मरणांकित, राग दरबारी, केली पण शेती, आणि साहित्य पौर्णिमा या चारही भागात मिळून १०२लेख आहेत.

या सर्व लेखातून दादांचे विविध दर्शन घडते. पाटलानु, पाटील बाबा, विनोबा, बालके विनायक, विन्या, विनायक आणि विनायक दादा अशी विविध रुपे दिसतात. या पुस्तकाला महाराष्ट्र शासनाचा अनंत काणेकर पुरस्कार मिळाला आहे.

यातील पहिला लेख आहे 'तिकीट' ... शेवटचा लेख आहे 'जन्म कवितेचा' ! श्यामची आई सिनेमाचे तिकीट एका भल्या गृहस्थाने दिले ... पुढे राजकारणात मिळालेली तिकिटे आता आठवतही नाहीत! शेवटच्या 'जन्म कवितेचा' या लेखात कुसुमाग्रज यांनी लिहिलेली 'भीक आली भीक' ही कविता म्हणजे सहसंवेदनेचे एक वर्तुळ पूर्ण होऊन आपल्या मनात विचारवलये विस्तारत जातात हेच या लेखनाचे यश आहे! त्यामुळे दादांचे हे लेखन म्हणजे निर्मितीशील सौंदर्यमयी अंत:करणाची आत्म क्रीडा आहे हे लक्षात घ्यावे लागेल.

त्यानंतर मग आपण दाद देतो ते 'स्पेलिंग' वर लक्ष केंद्रित करण्यावर ... सॉक्रेटिसला 'सूर्य पाहिलेला माणूस' म्हणतात तसे विनायकदादांना 'गुरुजी पाहिलेला माणूस' म्हणावे लागेल! फक्त एकच नाही दोन-दोन गुरुजी पाहिलेला माणूस! सरसंघचालक गोळवलकर गुरुजी आणि सेवेची काँग्रेस दाखवणारे भिलारे गुरुजी! दादांच्या फोटोतील त्यांच्या चंदेरी मिशांच्या मागून गांधीजीं सारखे निरागस हसू आपल्याला दिसते पण त्यामागचा मिश्किलपणा 'वकील वाडीतील दोन दिवाळ्यात टिळक पंचांग वाल्यांच्या करंज्या व लाडू लहान असत' यातून दिसतो!

भगताचा ताईत आणणारा विश्वनाथ ... यमुना व दत्तूची फोटोग्राफर मुलगी रवीना... दादा अभ्यंकरांच्या साखरेचा घाव ... महाराष्ट्राचे खाद्य वैभव मांडे ... दादा शेतकरी कुटुंबातील एक उदयोन्मुख कार्यकर्ता बनून गावात हायस्कूल सुरू करतात तो किस्सा... माझा मुलगा डेहराडून ते कोल्हापूर पायी चालत येईल पण कोणापुढे हात पसरणार नाही असे म्हणणारे कर्नल थोरात ... ए रामा म्यां तुहावालं काय केलं व्हतं रे? अशा आदिवासींच्या मनातील

बाणाच्च्या ओल्या जखमा दिसतात... सूरावरुन आकाश गाठणारे 'जय हो' पंडित जसराज ... 'दूध पिती करी नाखो'ची कहाणी सुन्न करते! भूक या लेखात सहा उपलेख आहेत... भुकेशी पहिली भेट आणि पेढ्यावरुन मन उडणे.. रात्री दादांची मुलगी ज्ञानेश्वरी दुधासाठी रडते आहे, खिशात पैसे आहेत पण परिस्थितीमुळे अगतिक बाप बनलेले दादा विचारतात - "जे आयुष्यभर मुलांची भूक भागवू शकत नाहीत त्यांचे काय?" अन्नात नफा करायचा नाही हे ठरवून पुरी भाजी केंद्र चालवणारे मधुकर जाधव ... कमलेश्वर यांच्या मुलाखतीतील "मेरे बच्चे पानी खाके सो जाते है" म्हणणारी माता आणि "अब भूखसे डर नहीं लगता बाबा" म्हणणारी भुकेची अकरावी दिशा आपल्याला अंतर्मुख करते! एकविसाव्या शतकातील या हिंडणभोवरा पतीला सोळाव्या शतकातील सरोजताईनी कुठलीही तक्रार न करता सांभाळून व समजून घेतल्याने संसार सुखाचा झाला असे प्रमाणपत्र देणारा 'सहचारिणी' लेख कै. सरोजताईचे दादांच्या जीवनातील वटवृक्ष स्थान अधोरेखित करतो!

नटसम्राट : वय वर्षे पन्नास...

उद्या दिनांक २३ डिसेंबर ... बरोबर पन्नास वर्षांपूर्वी म्हणजे २३ डिसेंबर १९७० रोजी वि. वा. शिरवाडकर लिखित नटसम्राट नाटकाचा पहिला प्रयोग बिर्ला मातोश्री सभागृह, मुंबई येथे सादर झाला होता. दिग्दर्शक पुरुषोत्तम दारव्हेकर ... आप्पा श्रीराम लागू आणि कावेरी शांता जोग! नुकतेच डॉ. श्रीराम लागूंचे निधन झाले पण त्यांचा 'आप्पा' मराठी मनात चिरंतन राहील.

नाशिक म्हणजे कविश्रेष्ठ कुसुमाग्रज, वसंत कानेटकर, वामनदादा कर्डक आणि बाबूराव बागुलांचे सुसंस्कृत गाव! या आपल्या नाशिकने जगाला नटसम्राट दिले! नटसम्राट नाटकाला पन्नास वर्षे पूर्ण झाल्याबद्दल 'कुसुमाग्रज विचार मंच' संस्थेचे सतीश बोरा यांनी कुसुमाग्रज कथामालेची सुरुवात केली आहे. त्या निमित्ताने नटसम्राटच्या सुवर्णमहोत्सवी वर्षात विविध उपक्रमांची आखणी त्यांनी केली आहे.

नटसम्राट म्हणजे प्रत्येक मराठी मनात घर केलेले अनिकेत वादळ! नटसम्राट म्हणजे ठमी आणि आप्पा,

विठोबा आणि आप्पा, राजा आणि आप्पा, सरकार आणि आप्पा यांच्यातील अलवार धागे! नटसम्राट म्हणजे आप्पा आणि नटसम्राट गणपतराव बेलवलकर यांच्यातील जबरदस्त जुगलबंदी!

दि गोवा हिंदु असोशिएशनच्या रामकृष्ण नाईकांनी डॉक्टर श्रीराम लागूंकडे नटसम्राटची संहिता वाचायला दिली. डॉक्टर लागू म्हणतात - "नाटकाची संहिता घेऊन पार्ल्याला घरी आलो. लगेच नाटक वाचायला घेतले आणि पाच दहा मिनिटात त्यात पुरता गुरफटून गेलो. मराठी नाटकात इतके अद्भुत लिखाण मी पूर्वी वाचले नव्हते. नंतरही वाचलेले नाही. माझे ज्येष्ठ नाटककार मित्र वसंत कानेटकरांबरोबर निरोप पाठवला, "शून्य रुपयांपासून सव्वाशे रुपयांपर्यंत मिळेल ती नाईट घेणार पण मला हे नाटक करायचे आहे!"

नटसम्राटचा पहिला प्रयोग २३ डिसेंबर १९७० रोजी बिर्ला मातोश्री रंगमंदिरात झाला. १९७१ ते १९७३ या दोन वर्षात 'नटसम्राट' लागूंच्या नटसम्राटचे २८१ प्रयोग झाले. १९७३ मध्ये डॉक्टर लागूंना हृदयविकाराचा झटका आल्याने त्यांना नटसम्राट सोडावे लागले. मग दत्ता भट

यांनी अप्पासाहेब बेलवलकर नावाचे शिवधनुष्य पेलले. त्यानंतर सतीश दुभाषी, चंद्रकांत गोखले, यशवंत दत्त, मोहन जोशी, नाना पाटेकर, मधुसूदन कोल्हटकर, राजा गोसावी, गिरीश देशपांडे, आणि नाशिकचे डॉक्टर राजेश आहेर यांनी आप्पा बेलवलकर समर्थपणे सादर केलेले आहेत.

नटसम्राट रंगमंचावर येण्यापूर्वी नाशिकने स्वातंत्र्यवीर सावरकरांचे उःशाप, संन्यस्त खड्ग, उत्तरक्रिया नाटक पाहिले होते. अनंत वामन बर्वे यांचे महाराणा प्रताप, देवदत्त नारायण टिळक यांचे सेतुबंधन, अ. वा. वर्टिंचे राणीचा बाग, खुद्द वि. वा. शिरवाडकर यांचे दूरचे दिवे, वैजयंती, राजमुकुट आणि आॅथेल्लो, वसंतराव कानेटकर यांचे वेड्याचं घर उन्हात, प्रेमा तुझा रंग कसा, रायगडाला जेव्हा जाग येते ही नाशिककर नाटके नाशिककरांनी पाहिली होती पण नटसम्राट आले आणि त्याने जग जिंकले!

सृष्टीत कितीही उलथापालथ झाली तरी माणूस नावाचे मुल तेवढे सांभाळा म्हणणारे संत कुसुमाग्रज! किरणांचा पिसारा उघडून काळोखावर तेजाची लेणी खोदत

बसलेल्या या देवदूताला प्रचंडतेचे प्रचंड आकर्षण होते! अप्पा बेलवलकर निव्वळ एक मध्यमवर्गीय म्हातारा नाही. राजा लिअरचे म्हातारपण, त्यातील असहाय्यपण आणि कणखरपणा असलेला तो नटसम्राट आहे! "घर देता का घर" म्हणणाऱ्या आप्पासाहेब बेलवलकरांना अस्तित्वासाठी घर हवेच होते पण ते घर एका तुफानाला हवे होते!

पन्नास वर्षात आता कोलंबसाच्या गर्वगीतांचा सूर मावळला आहे ... क्रांतीचा जयजयकार नाही ... आक्रमक आव्हानाचा पवित्रा नाही ... देवाशी बंड पुकारणे नाही ... आता आहे ते फक्त विद्ध करणारे, अस्वस्थ करणारे एकाकीपण! बंदरच नाहीसे झाले आणि गलबतच भरकटले आहे! माणूस नावाचे झुरळ पाहून 'श्रीराम' असा सुस्कारा सोडत तात्यासाहेब आकाशाशी हितगुज करत आहेत आणि आज पन्नास वर्षानंतर तात्यांच्या शब्दांचे बोट धरून नाशिकचे दत्ता पाटील सारखा दमदार नाटककार 'हंडाभर चांदण्या' घेऊन येत आहे ... हे पाहून सर्व नटसम्राट नाशिक नगरीला निश्चितच आशीर्वाद देत असतील!

चौकटीबाहेरचा बापमाणूस : डॉ. नानासाहेब शुक्ल

'ऑफबीट' या लेखमालेवर वाचकांनी प्रचंड प्रेम केले. प्रतिसाद दिला. त्यामुळे आमचे मार्गदर्शक संपादक श्रीमंत माने यांनी पुढील वर्षी सुद्धा लेखमाला सुरू ठेवून वाचक सेवेची संधी उपलब्ध करून दिली आहे. त्याबद्दल मी आपला कृतज्ञ आहे. लेखक म्हणून मला ज्यांनी घडवले तो चौकटीबाहेरचा बाप माणूस म्हणजे त्र्यंबकेश्वरचे डॉ. ज्ञानेश्वर भालचंद्र उर्फ नानासाहेब शुक्ल होय!

नानासाहेब आमच्या आयुष्यात आले आणि आमच्यातील भंगाराचेसुद्धा सोने होऊन गेले. गुडघाभर झुडपांच्या झेल झुंडीत नानासाहेब नावाचा प्रचंड मोठा वृक्ष पाहायला मिळाला तो विश्वास साक्रीकर यांच्यामुळे. नानासाहेबांनी मला एक लेखक म्हणून घडवले. साधक म्हणून बि-घडवले. माणूस म्हणून रडवले. 'निर्दय बनो, निर्भय बनो, स्वार्थी बनो' हा संदेश दिला. वाचक पुस्तकात रमतो आणि लेखक पुस्तकात राहतो हे सांगितले. लेखकाला जो अनुभवाचा डंख झालेला असतो त्याची ओळख करून दिली.

नानासाहेब उर्फ बॉस म्हणजे बॉस होते. श्री त्र्यंबक राजाचे पूजक... आयुर्वेदिक डॉक्टर असलेले बॉस म्हणजे समाज पुरुषाच्या नाडीचे ठोके अचूक ओळखणारा निष्णात वैद्य होते. विचक्षण वाचक होते. ललित लेखक होते. कुशल कथाकार होते. कितीतरी जीवनसूत्रे त्यांनी दिलेली आहेत!

मातीची तब्येत चांगली तर देशाची प्रकृती चांगली. स्वर्ग-नरक इथेच आहेत. कारखाने रोजी देऊ शकतात पण रोटी फक्त शेतकरीच देऊ शकतो. फ्लेक्स, होर्डिंग्ज आणि कट आउटच्या कल्चर मधून 'असण्या'पेक्षा 'दिसण्या'ला महत्त्व देणाऱ्या नेत्यांच्या सावलीत 'लाचारीची पाठशाला' भरत आहे. तुझा पूर्ण विश्वास आहे तेच संपूर्ण सत्य! पापी लोकांशी मैत्री आणि दांभिक पुण्यवानांचा पर्दाफाश कर. स्वतःला ओळखण्यात वेळ घालवू नको, आता लगेच कामाला सुरुवात कर. तूच तुझ्या कल्पनांचा बादशहा आहेस. चमकदार कल्पनांच्या अद्भुत जगात मजेत पोहत रहा यार! जगात दोनच मूलभूत प्रश्न आहेत... माणूस हा माणूस कधी बनेल आणि माणूस हा मॅच्युअर माणूस कधी बनेल! सत्संगासाठी स्वतःला घासून पुसून काढावे लागते. साधना म्हणजे आपले उष्टे खरकटे भांडे लखलखीत

करून ठेवणे. प्रेमाचा रंग, तारुण्याचा रंग आणि गुरुचा रंग कधीच विसरु नकोस. गुरु सर्व सुरक्षा काढून घेतो. बचावाचे सर्व रस्ते बंद करून टाकतो. सर्वस्वी असहाय्य बनवतो ... त्या वेळी शिष्याची स्वतःची शक्ती जागृत होते! गुरु कधीही माळा, खडे, ताईत देऊन शिष्याला पांगळे बनवत नाही. प्रत्येक गुरुची इच्छा असते की आपल्या शिष्याने आपला गुरुबंधू बनावे!

अशा असंख्य गोष्टींसोबतच बॉसने माझ्यातील लेखक घडवला आहे. मानवी मूल्यांवर आधारित लेखनच श्रेष्ठ असते. सांगण्यापेक्षा जे सुचवते जास्त ते खरे साहित्य. जास्तीत जास्त दोन ओळीत कादंबरी मांडता आली पाहिजे. कोणाच्याही भावना दुखावू नकोस. कोणाच्याही भोजन सवयी बदलू नकोस आणि बुद्धिभेद करणे हे सर्वात मोठे पाप आहे! तुझ्या मनातील जादूनगरीत प्रेम आणि स्वप्नांच्या पंखांनी मनसोक्त विहरत रहा. स्थानिक मीडियाच प्रामाणिक असतो. 'फुकट मे फ्रंट सीट और कॉचमेसे देखने दे' म्हणणाऱ्यांपासून सावध राहा. 'फुकटात बसू दे आणि दोन दम मारु दे' म्हणणारांना कलटी दे. 'फुकटात तबला वाजवतो आणि म्हणतो आवाज चांगला येत

नाही' अशांच्या संगतीत राहू नको. तू उद्याचे उमलते फुल आहेस. फुलाला उमलण्यापासून कोण अडवणार? तू जितका कामात अडकलेला असतील तितका तुझ्याकडे फावला वेळ असेल. कामात बदल हीच विश्रांती असते. माणसाने माणूस म्हणून जगावे, उगाच अलौकिक बनण्याच्या नादाला लागू नये. वेगळं .. 'बिटवीन द लाईन' पाहायला शिक. विषयाच्या पुढे जाऊन विचार कर. बघता आलं तर जगता येईल! कला आणि कारागिरीतील फरक कधी विसरु नकोस! भेळभत्ता आणि भाकरी दोन्ही खा पण भाकरीवर जास्त जोर दे! तुझ्या भोवतालच्या लोकांबद्दल, परिसरातील विषयांवरच लेखन कर! मानवी मूल्य मांडणारे साहित्यच श्रेष्ठ ठरते हे कधीच विसरु नकोस!

ऋणमोचन : आभार

सर्व संपादक, लेखक आणि वाचकांचा मी कृतज्ञ आहे. या पुस्तकासाठी ज्यांनी मला सविस्तर माहिती दिली, तसेच माझे कुटुंबीय, मित्रपरिवार यांचा मी आभारी आहे.

नाशिक सकाळ या वाचकप्रिय दैनिकात 'ऑफबीट' या विषयावर लेखमाला लिहण्याची संधी दिल्याबद्दल मी दैनिक सकाळ (नाशिक) परिवार व माननीय श्रीमंत मानेसाहेब (संपादक नाशिक सकाळ) यांचा कृतज्ञ आहे.

या पुस्तकाचे आपण वाचन केल्याबद्दल आपले आभार.

समाप्त

Made in the USA
Monee, IL
23 August 2025

23974470R00121